# Vashikarana Mantram - Primary Source Edition

Sri. M. Srirama Murthy

రాజమహేంద్రవరమున
కొండపల్లి ముద్రాశాలయందు
ముద్రింపఁబడియె

# పీఠిక

మనశ్శక్తిచే మానవులను, జీవజంతువులను, వశ్య మొనరించుకొను శాస్త్రమునకు వశీకరణతంత్రమని పేరు. వశీకరణ శాస్త్రమున ముఖ్యముగా నభ్యసింపవలసినది ప్రాణాయామము. ప్రాణాయామమువలన మనస్సునకు నిశ్చలత లభించును. మనస్సునకు నిశ్చలత యెప్పుడు లభించునో యపు డొక విషయముపై మనస్సును నిలుపుట కవకాశము లభించును. ఆత్మశక్తి సిద్ధింపఁ జేసికొనవచ్చును.

ఆత్మశక్తిని ప్రతిమానవుఁడును సంపాదింపవలయును. అట్లు చేసినయెడల తనకును, తన వారలకును, దేశమునకును మహోపకార మొనర్చినవాఁ డగును. ఆత్మశక్తిసంపన్నుఁడు తన జీవిత ముత్తేజితమై ప్రకాశించునట్లుగా వర్తించుచుండ వలయును.

ఆత్మశక్తి సంపాదనను—సంపాదించిన శక్తిని సన్మార్గమున వినియోగించుటకే యుపయోగింపవలయును గాని దుష్టులను, దుర్మార్గులను రక్షించుటకును, తన యుదరపోషణమునకును వినియోగించుట కూడనిపని. మరియు సులభముగా సాధింపఁదగిన కార్యముల కాత్మశక్తిని వినియోగించి వ్యర్థముచేయరాదు.

ఆత్మశక్తిని సంపాదింపఁదలచిన పురుషుఁడు తొలుదొల్త తన ప్రవర్తనమును చక్కఁజేసుకొనవలయును. అటు పిమ్మట నాత్మశక్తిని సంపాదించుటకు యత్నింపవలయును. కొన్ని దినము లభ్యాసము కావించి విడిచిపెట్టిన, నభ్యాస వశము గల్గిన కొలది శక్తికూడ నశించును. కావున తల

పెట్టిన విషయమును సంపూర్ణముగుశక్తి గలుగునంతవరకును విడువక యత్నము చేయవలయును. ఇంతియేగాక కొలది దినము లభ్యాసముచేసి ఆత్మశక్తిని సాధింపజాలనైతిని. ఇంక నాకది అసాధ్యమువోలె కవ్పట్టుచున్నదని విరమింపకుము. నీవు అవలంబింపవలసిన విధానము సరిగా నుండకపోవుట చేతను త్వరలో నీవాత్మశక్తిని సంపాదింపలేకపోయితివి. కాని విడువక యత్నించిన తప్పక యాత్మశక్తిని సంపాదింప గలుగుదువు.

అసాధ్యమగు కార్యమెద్దియును లేదను నిశ్చయమును బొందియుండుము. నెపోలియన్ బోనపార్ట అసాధ్యమను మాటను నిఘంటువునుండి తీసివేయవలసినదనెనట. తొల్లి అసాధ్యములుగా నూహింపబడిన వానిలో పెక్కులు సాధింప బడినవి. ఆకాశవిమానములు, జలాంతర్గాములు పూర్వ కాలమున నెక్కడనో పుస్తకములలో దప్ప గాన్పింపవు. కాని నేటికాలమున వాయువిమానములను, జలాంతర్గాము లను మనము జూచుచునే యున్నాము. కావున సాధింపరాని కార్యములు లేవనితలంపక నేనీకార్యమును తప్పక సాధింప గలనను విశ్వాసముతో నుండవలెను.

ఈసందర్భమున ఆత్మశక్తి సాధనమునకు సంపూర్ణ విశ్వాసము తప్పక గలిగియుండవలయునని పాఠకులను హెచ్చరించి విరమించుచున్నాను.

కాకినాడ
17—9—35

గ్రంథకర్త:
మ. శ్రీరామమూర్తి

# విషయసూచిక


మొదటి ప్రకరణము

ఉపక్రమణిక

సృష్టిక్రమము

మనుష్యులు

శక్తి

రెండవ ప్రకరణము

ఆత్మశక్తి

ఆత్మశక్తి సాధించిన వానియందు గలుగు మార్పులు

ఆత్మశక్తి

మూడవ ప్రకరణము

ఆత్మశక్తి

నాల్గవ ప్రకరణము

ఆకర్షణయుతమగు దృష్టి.

సాధనాంతరము

ఆకర్షణదృష్టి నభ్యసించుటకు వలయు నితర సాధనములు

ఆకర్షణమగు దృష్టిచే వశీకరణ మొనరించుకొనుట

అయిదవ ప్రకరణము

ఆత్మశక్తి సహాయమున సాధింపగల కార్యములు

రోగిని నిద్రపుచ్చుట

సాధనాంతరము

మరియొక సాధనము

పిశాచములు—దయ్యములు

ఆత్మశక్తిచే పిశాచావేశములను చక్కజేయు టెట్లు

ఆరవ ప్రకరణము

దూర దేశస్థులతో మాట్లాడుట

ఆత్మశక్తి—లోకోపకారము

దివ్యదృష్టి నొసంగుట

స్త్రీజన వశీకరణము

విరక్తిజెందిన దంపతుల నేకము జేయుట

ఏడవ ప్రకరణము

ప్రాణాయామము

హఠయోగము

జీవజంతు వశీకరణము

ఆకర్షణశక్తి

సభారంజనము

సభారంజన సాధనములు

ఆత్మశక్తి—ప్రదర్శనములు

పునర్విమర్శనము

ముగింపు

---

శుభమస్తు

# వశీకరణతంత్రము

## మొదటి ప్రకరణము

### ఉపక్రమణిక

చరాచరంబుల కునికియైన యీ బ్రహ్మాండమంతయును పరమేశ్వర లీలాకల్పితములలో నొక్కటియై యున్నది. లీలావినోదుండగు పరాత్పరుండిచ్ఛాలీలల బ్రహ్మాండకోటిని సృష్టించి యందలి వైచిత్ర్యములగాంచి యానందించుట యాతని వినోదములలో నొక్కటియై యున్నది:

సృష్టియందలి ప్రతిపదార్థమును పరమేశ్వరుని మహా మహిమంబును ప్రకటించుచున్నవి. సమస్త చరాచరముల యందును మానవు డగ్రస్థానము నలంకరించియున్నాడు. మానవుఁడు తన బుద్ధిబలముచే నిత్యజ్ఞానానంద స్వరూపుఁ డగు పరమేశ్వరుని గుర్తించుటకు యత్నించుచున్నాడు. కావున మానవుఁడు సృష్టియం దగ్రస్థానము వహించియున్నా డనిగూడ తలంపవలసివచ్చుచున్నది.

పరాత్పరుని తత్త్వ మెఱుంగుటకు వివిధమతములవారు వివిధ రీతుల యత్నించుచున్నారు. పెక్కురు తమ యాత్మ శక్తి మూలమున పరమేశ్వర స్వరూపమును గాంచి తరించి తమ యనుభవములు లోకమునకు జాటుచున్నారు. ఎంద రెన్ని విధముల జెప్పియున్నను సర్వమతములవారును పరమే శ్వరుఁడొక్కఁడనియు, ఆతనివలననే విశ్వమంతయును సృష్టిం పబడినదనియును తలంచుచున్నారు.

## సృష్టిక్రమము

పరాత్పరునినుండి సత్త్వరజస్తమోగుణములు జనిం చెను వీనికే త్రిగుణములందురు. త్రిగుణములవలన భూ జలాగ్ని వాయురాకాశములు అను పంచభూతములును జనించెను. ఈభూత పంచకమువలన విశ్వమునగల సమస్త చరాచరము లును జన్మించియుండెను.

భూమిని ఆధారముగాఁగొని మనుజులు, పశువులు మున్నగు జంతువులును, శిలలు పాషాణములు మొదలగు పర్వతములవరకుగల నచరములును గలవు. భూమినుండి లభించిన పదార్థములవలన జంతుసముదాయమునకు దగిన ఆహారము లభించుచున్నది. మరియు నీభూమియే తక్కిన నాల్గుభూతములకును ఆధారమైయున్నది.

జలము:—భూమినంటియున్నది. భూమికి సరిహద్దుగ నావరించియున్నది. భూమిపై సంచరించెడి జంతువులకును,

సస్యములకును ఇది ముఖ్యముగా వినియోగపడుచున్నది. నీరు లేకున్న ప్రాణికోటి నిముషమాత్రమైనను నిలువజాలదు. బీజములనుండి మొలకలు జనించుటకు, జనించిన మొలకలు వృద్ధిబొందుటకు, అయ్యవి మహావృక్షము లగుటకు, ఫలించుటకు జలమే ఆధారమగుచున్నది. నీరు లేకున్న సస్యములు ఫలింపవు. కావున నీరు తక్కిన తేజస్సు, వాయువు, ఆకాశమునకు ఆధారమగుచున్నది.

తేజస్సు:—అణువు మొదలు బ్రహ్మాండమువరకునుగల సమస్త పదార్థములునుగూడ తేజస్సుగల్గియున్నవి. తేజము లేని పదార్థము లేదు. సూర్యుడు మున్నగు గ్రహములయందును, మెఱుపులయందును, అగ్నియందునుగల తేజము నేత్రములకు స్పష్టముగా గనబడుచుండును. తేజము లేని పదార్థము యుండజాలదు. మృతుడైనవాని యందునుగూడ తేజమున్నది. మనము సాధారణముగా "ప్రేతకళ" యని నుడువునదే ప్రేతమునందుగల తేజము. తేజము లేని లోకము లేదు. ఈ తేజము వాయువునకును ఆకాశమునకు నాధారమైయున్నది.

వాయువు:—వర్ణము, రూపము లేనిది. స్పర్శమాత్రమున గలదని యంగీకరింప బడునదియునై వాయువున్నది. వాయువు జీవకోటికి ప్రధానాధారమై యున్నది. వాయువు లేకున్న యెడల త్రుటి కాలములోననే నశించును. నీరు లేకుండగనే కొన్నిదినములైనను జంతుకోటి జీవింపగలదు గాని

గాలి లేకుండ కొన్ని నిముషములైన నిలువజాలము. కావున వాయువు నీటికంటె నెక్కుడగత్యమైనదని జెప్పవచ్చును.

మరియు వాయువు వృక్షములకుగూడ నత్యవసరమైన పదార్థమైయున్నది. గాలి తగులని ప్రదేశమున నుంచిన బీజము లభివృద్ధి నొందక నశించును.

ఆకాశము:—తక్కిన నాల్గుభూతములను వాని శక్తులను దనయందు కేంద్రీకరింపబడినట్లు గావించుకొని తన యిచ్చవచ్చినట్లుగా తక్కిన భూతసముదాయమును నడుపుచున్నది మరియు, శబ్దమునకును శబ్దముయొక్క ప్రసారమునకును ఆకాశము ముఖ్యాధారమై యున్నది.

## మనుష్యులు

పంచభూతాత్మకమైన విశ్వమునందుగల జంతుకోటియందు ఒకదానికంటె మరియొకటి యధికమగు గుణసముదాయము గలదయి విరాజిల్లుచున్నయది ఇందు మానవులు లేక మనుష్యజాతి యుత్తమోత్తముగా పరిగణింపఁబడుచున్నది. తక్కిన జీవకోటియందు లేని యంతఃకరణ చతుష్టయమును, యుక్తాయుక్తముల విమర్శించు శక్తియు మానవుని యందుండుట వలననే సమస్త జీవకోటియందును మానవుడుత్తమోత్తముడని నిర్ణయింపవలసి యున్నది. మనుష్యుని యందు పంచభూతములయొక్క శక్తులునుకలవు. కావుననే భూచరములం దన్నిటికంటె పెద్దదగు శరీరముగలయేనుగును,

మృగములలో నతిక్రూరమైన పెద్దపులినిగూడ తనయిచ్ఛ వచ్చిన ట్లాడించుచున్నాడు. మరియు మానవశరీరము పృథ్వీ తత్వమగు గంధము (వాసన) జలతత్వసారమగు రసము, తేజోతత్వమగు రూపము, వాయు తత్త్వమగు స్పర్శము, ఆకాశతత్త్వమగు శబ్దమునుగలవు. ఇంత సంపూర్ణముగా నీశ్వైకతత్త్వములును యితరములందు లేకుండుటవలన మానవు డుత్తమోత్తము డనబరగుచున్నాడు

మనుజుడు ఇతరపదార్థము లందలి యంతర్గతమగు తత్త్వమునుగూడ గ్రహింపగలవివేకముగల్గి యున్నాడు, కావుననే దైవనిర్మాణమగు ప్రకృతిని దనయిచ్ఛవచ్చినట్లుగా నుపయోగించుకొనుచున్నాడు. ఇట్లనుటవలన మానవుడు ప్రకృతికంటె భిన్నుడని తలంపరాదు. ప్రకృతివలనజన్మించి ప్రకృతిచే జనించిన పదార్థములచే ప్రకృతియందు వృద్ధి పొంది తుదకు ప్రకృతిని మానవుడు జయించుచున్నాడు, ఇట్లు చేయగలుగుటచే మానవునియందుగలశక్తి యింతటిదని నిరూపింపవలనుగాదు.

మానవుడు ప్రకృతిని నిర్జించియున్నాడని మనము గుర్తించియున్నాము. మానవు డేమహత్త్వమున ప్రకృతి నిర్జింపగల్గియుండెనో దానికే శక్తియని పిలతుము.

## శక్తి

శక్తికి రూపములేదు. సాధింపబడిన కార్యముల ఫలము ననుసరించి కార్యసాధనోపకరణములయందు శక్తి యున్న

దని నిరూపింపవచ్చును. వృక్షములు గదలుచుండుట మనము జూచుచున్నాము. అట్లుగదలుట వాయువుయొక్క శక్తివలన గలుగు చున్నది. విషపానము చేసి కొందరు మరణించుచున్నారు. విషమునందు మరణమునందుగలశక్తి యంతర్భాతమై యున్నది. విద్యుచ్ఛక్తికి రూపము లేదనుట మనమెఱిగియే యున్నాము. కాని విద్యుచ్ఛక్తిచే యంత్రముల నడపించుచున్నాము. బండ్లను లాగించుచున్నాము. వీధులనన్నిటిని కాంతివంతము లగునట్లు గావించుచున్నాము. ముద్రాయంత్రముల నడపించుచున్నాము. వేయేల లెక్కింపనలవి కానన్ని కార్యములందు విద్యుచ్ఛక్తిచే సాధింపగలుగుచున్నాము.

మానవునియందుగూడ నొక యద్భుతశక్తి గలదు. మానవుఁడు సరియైన మార్గమున దనయందుగలశక్తి నుపయోగపరచినయెడల మనుజుఁడు సర్వమును సాధింపగలఁడు. దనయందు నొక యద్భుతమైన శక్తిగలదనియు, ఆశక్తిని దాను సాధింపగలననియు, ఆశక్తిచే దాను సర్వకార్యములను సాధింపగలననియు విశ్వాసముగల్గి యాశక్తిని విజృంభింపజేయువాఁడే యుత్తమోత్తముఁడు. అట్టివాడు సామాన్యుల కల గానట్టి పెక్కులగు కార్యముల సులభముగా నొనర్చి తానులాభ మొందుటయేగాక లోకమునకుగూడ నుపకార మాచరించిన వాడగుట కిసుమంతయు సందేహము లేదు.

విద్యుచ్ఛక్తిని మన మెన్నివిధములుగా నుపయోగించుచున్నామో యట్లే మనుజుఁడు తనయం దంతర్భూతమై యున్న శక్తిని పెక్కులగువిధముల నుపయోగించి యనేకము లైన కార్యములను సాధింపగలఁడు.

మానవుఁడు తనయందలిశక్తిని సరియైనమార్గమున నడిపించుటకు ముమ్మొందుగా దనయందున్నశక్తి సర్వకార్యములను సాధింపగలదను విశ్వాసముండవలయును. మనస్సును తనస్వాధీనములో నుంచుకొనవలయును.

పరమేశ్వరునిచే ననుగ్రహింపబడిన శక్తిని సన్మార్గమున నుపయోగించి ధన్యతము లైనవారలను మహాత్ములందురు. తేజశ్శక్తి నుపయోగమును గుర్తెరిగి, తమకును, లోకమునకును మేలొనరించినవారు పూర్వులయందునను, యాధునికులయందునను పెక్కురుగలరు. వారిలో గొందరిని నిట పేర్కొందము.

మార్కండేయుఁడు:—మృకండమహాముని పుత్రుడు. మార్కండేయునకు 16 వత్సరములు వచ్చునంతకు మరణించునని పరమేశ్వరుడు చెప్పియుండెను. మార్కండేయుఁడు తన జీవితకాల మతిస్వల్పమని గుర్తించి తపంబొనరించెను. అతడు నేను మృత్యువును తప్పక జయింతును అను విశ్వాసముతో తపము జేయుచుండ యమదూత లాతని జీవముల గొనిపోవుటకై చనుదెంచి యాతనియందుగల తేజశ్శక్తినిగాంచి సహింపజాలక మరలిపోయి యమధర్మరాజుతో జావు

మార్కండేయుని సమీపింపజాలమైతిమని చెప్పిరి. కృతాంతకుఁడు స్వయముగ బయలుదేరివచ్చి యాతనిని కాలపాశమున బంధించి గొనిపోవుటకు యత్నించెను. అపుడు పరమేశ్వరుడు సాక్షాత్కరించి మార్కండేయుని రక్షించి యముని నావలకు బంపివైచెను. మార్కండేయుఁ డాత్మశక్తి సహాయమున మృత్యువును జయించుటయేగాక పరమేశ్వర సాక్షాత్కారమును గూడ బడయగలిగెను.

ప్రహ్లాదుఁడు:—ఆత్మవిశ్వాసము గలిగి పరమేశ్వరుఁ డొక్క డనియు నాతఁడు సర్వవ్యాపియనియు, సర్వశక్తి సంపన్ను డనియు నమ్మి ప్రహ్లాదుఁడు తండ్రిని ధిక్కరించెను. తండ్రి యేనుగులచే ద్రొక్కించెను. పర్వతశిఖరములనుండి పడద్రోయించెను. క్రూరసర్పములచే గరపించెను. కాలకూట విషమును ద్రావునట్లు గావించెను. అగ్నిహోత్రమున ద్రోయించెను. కాని ప్రహ్లాదుఁ డిసుమంతయు చలింపక యాబాధల నన్నిటిని భరించెను. తుదకు తండ్రి వధింతునా—లేక నీవు నిత్యమును ప్రార్థించే హరిని నాకు జూపగలవాయని ప్రశ్నింప నాతనికి యుక్కుకంబమున శ్రీహరిని జూపగల్గెను.

ప్రహ్లాదుఁడు మార్కండేయుఁడు మున్నగువారు పురాణ యుగమునందలివారు కలియుగమున నాత్మశక్తి ప్రదర్శము గావించిన మహాత్ము లెవ్వరనిన—

శంకరాచార్యులు:—శంకరాచార్యుల వారు వేద వేదాంగము లభ్యసించి యాకాలమునాఁడు దేశమున ప్రబలి

యున్న యనేకమతములను ఖండించి మన్మతస్థాపకుఁడను బిరుదమును గైకొనియుండెను. ఉపనిషత్తులకు చక్కని వ్యాఖ్యానములను వ్రాసి అద్వైతసిద్ధాంతమును నిలువబెట్టగలిగెను. వీరి యాత్మశక్తి యెట్టిదో వివరింపగల నొక్కఁడును గలఁడు.

శంకరాచార్యులవారు మత్తుపదార్థముల ద్రావుచుండుటజూచి శిష్యులుగూడ మత్తుపదార్థములను గొనుచుండిరి. వారెల్లరును గురువు వారాచరించిన కార్యమునే మేము చేయుచుంటిమి గాన దోషము లేదని తలంచి గర్వపడుచుండువారు. శంకరాచార్యులవారు శిష్యులను తగినట్లుగా మందలించి హితబోధ గావింప సంకల్పించుకొని సమయమునకు నిరీక్షించుచుండిరి.

ఒక్కనాఁ డాచార్యుల వారు శిష్యులతో బోవుచు కొందరు కమ్మరులు గొట్టములుగాబోయుటకు సీసమును కరగుచుండుట దిలకించెను. ఆచార్యులు కమ్మరులచెంతకేగి ఓరీ! మీరు కఱుగునదేమని ప్రశ్నించెను. వారును సవినయముగా నయ్యది సీసమని ప్రత్యుత్తరమొసంగిరి. ఆచార్యులా కమ్మరులను బిలిచి ఓరీ! మీరా కారులతో సీసమును కరిగిన పిమ్మట నాగొంతుకలో బోయుఁడు నేనా సీసమును ద్రావెదనని బల్కెను. కమ్మరు లట్లు చేయుటకు సంకోచించుచుండగా నాచార్యులవా రాసీసపుమూసను తన చేతులతోడనే పైకెత్తి నోటబోసికొని మంచినీటిని ద్రావునట్లు వడి ద్రావెను. తదుపరి యాచార్యులు శిష్యులను బిలిచి ఓరీ! నేను మత్తుపదార్థము

లను గొనుచుంటినని మీరును మత్తుపదార్థములను గొను చుండిరి. నేను మీరెల్లరి యెదుటను సీసమును ద్రావియుం టిని మీరు కూడ దీనిని ద్రాగుడని పల్కెను. శిష్యులు వెఱగుపడి, అయ్యా! మేమిద్దానిని ద్రావలేము. క్షమింపుం డని వారిపాదముల వ్రాలి ప్రార్థించిరి.

ఈకథ వాస్తవముగా జరిగెనో లేదో వక్కాణింప జాలము. కాని ఆత్మవిశ్వాసముగలవారట్టి యద్భుత కార్యము లనేకముల జేయగలరని నొక్కివక్కాణింపగలము.

రామానుజాచార్యులు–రామానుజులు విశిష్టాద్వైతము నుద్ధరించిన మహాత్ములు ప్రస్థానత్రయమునకు విశిష్టాద్వైతపర ముగ వ్యాఖ్యానములను వ్రాసియుండిరి. త్రిమతస్థాపకులని బిరుదును గాంచియుండిరి. రామానుజుల చారిత్రమును పరి శీలించిన వీరొనర్చిన పరమాద్భుత కార్యము లెన్నియో తెలియగలవు.

మధ్వాచార్యులు—వీరి జన్మస్థానము ఉడిపి యను గ్రామము. వీరును ప్రస్థానత్రయమునకు ద్వైతపరముగ వ్యాఖ్యా నములను వ్రాసి ద్వైతమతమును చక్కబరచిరి.

గౌతమబుద్ధుడు—కపిలవస్తునగరాధీశ్వరుడైన శుద్ధో ధనునకు మాయాదేవియందు జనించెను. తండ్రి యా తడు జన్మించినది మొదలొకాని యాతడెక్కడ వైరాగ్యము నొందునోయను భయమున నాతని కెట్టికష్టమును రానీయక

యలజడియు నాతని చిత్తమును త్వర పెట్టకుండుటకుల యంతః పురమున నేయుంచి యల్లారుముద్దుగా పెంచెను.

శుద్ధోధనుఁడు యుక్తవయస్కుఁడైన కుమారునకు (గౌతమబుద్ధునకు) యశోధరయను చక్కనికన్యకామణిని వివాహము గావించెను. ఆ బాలదంపతుల చిరకాలమే దాంపత్యసుఖ మనుభవించిరి.

గౌతమబుద్ధుఁ డొకనాడు పట్టణమును జూచుటకేగి వృద్ధులను, శవములగాంచి వానినిగూర్చి ప్రశ్నించి రథచోదకునివలన లోకము కష్టమున కాకరమైయుండుట దెలిసికొని లోకుల కష్టములను బాపుటకై తనజన్మమును వినియోగపరచుకొనవలయునని సంకల్పించెను. ఆనాడు మొదలుకొని యెవ్విధమున లోకమునకు మహోపకార మొనరింపగలుగుదునా యని విచారించుచుండెను.

ఇట్లుండగా నాతనికొక కుమారుడు జనించెను. నాటి రాత్రియే తానులోకమున కుపకారము సేయుటకుమారు సంసారకూపమున గూలియుంటిననియు సంసారమును త్యజించి లోకకళ్యాణమునకై జీవితశేషమును గడుపుటకు నిశ్చయించుకొని భార్యను, కుమారుని, సమస్త సంపదలను త్యజించి సన్యసింప నరిగెను.

తదుపరి యాతఁడు విశ్వమునుద్ధరింపగల సత్యమును గనుగొని యుద్దానిని జనులకుబోధించి మతకర్త యయ్యెను.

ఈ బుద్ధుడు బోధించిన మతము బౌద్ధమతము. ఇయ్యది చైనా టిబెటు మున్నగు దేశముల నెలకొనియున్నది.

యేసుక్రీస్తు—ఈతఁడు బెత్లెహేము (జరూసలేము) అను దేశమున మరియా యను నొకకన్యకు పురుషసంపర్కము లేకుండగనే జననమందెను. ఈతఁడు జన్మించునాటికి జనులెల్లరును వివిధములగు దైవముల నారాధించుచుండిరి. దేవతలప్రీతికై జంతువులను బలిగానొసంగుచుండిరి. తాము ప్రార్థించెడి దైవమునకు దగినబలి యొసంగినయెడల దమ వాంఛితము లన్నియు త్వరలో నీడేరగలవని విశ్వసించుచుండిరి.

ఈతఁడు తనకు 22వ యేటనే మతసాంప్రదాయముల చక్కఁగా నెఱింగినవారితో నాధ్యాత్మికములైన వాదనలు సల్పుచు నట్టివా రొనరించు విగ్రహారాధనము, జంతుబలులు దైవమునకు ప్రీతికరములగు కార్యములు గావని నిదర్శన పూర్వకముగా జూపుచు విగ్రహారాధనమునను ఖండించుచు వారలను సునాయాసముగా వాదములందు జయించుచుండెను.

మరియు ఈతఁడు తన ఆత్మశక్తివలన నెందఱెందఱో వ్యాధిగ్రస్తులకు ఔషధమునొసంగకుండగనే వ్యాధులను నివారణ మొనర్చుచుండెను. ఈతనివలన నిరోగులైన వారెల్లరీ తని మతమునందు విశ్వాసముగలవారై యుండిరి. కాల

క్రమమున నాతనిశిష్యులసంఖ్య హెచ్చెను. ఈయవసరముననేయీతడు ప్రతిపక్షులు కల్పించినకష్టముల నెదుర్కొన వలసి వచ్చెను.

ఈతని యభ్యుదయమునకు ఓర్వలేక గొందరీతనియెడ లేనిపోని నేరములను గల్పించి బ్రతికియుండగనే శూలమున గ్రుచ్చిరి. అందువలన నాతఁడు మరణించెను. కాని యీతడు మరణించిన మూడవనాఁడు మరల జీవములనుబొందినశిష్యులకు దనయనంతరము వారు చేయవలసినకర్తవ్యములను గూర్చి యుపన్యసించెను.

ఈతఁడు జీవించియుండగా నీతనిదర్శించిదమరోగముల బాపుకొనుటకువచ్చెడివారుసంఖ్యయత్యధికమగుటచే పెక్కురకీతని సందర్శనమే లభించుచుండెడిదిగాదు. ఒక్కనాఁ డొక యంధుఁడాతని దర్శింపనెంచి మిత్రులతో వచ్చెను. కాని యాతనిమిత్రు లెంత యత్నించినను లోని కేగుటకును, క్రీస్తు సందర్శన మాచరించుటకును, వారికవకాశము లేకపోయెను. ఆయంధుఁడు క్రీస్తును యాదినముననే జూడవలయుననుటచే యాతనిమిత్రులు యింటి పైభాగమున కెక్కి యింటికప్పును గోసి యొక మంచముపై నాయంధునిగూర్చుండబెట్టి త్రాళ్ళ సహాయమున నామంచమును క్రీస్తుకట్టెదుటకు దింపిరి. క్రీస్తు ఆతనికి దనయందుగల విశ్వాసమున కెంతయుసంతసించియాతనియంధత్వమును బాపెను.

ఇట్లే యాతడు ఆత్మశక్తివలన పెక్కులగు మహాత్కార్యముల నొనరించుచుండెను.

మహమ్మదు:—ఇతఁడొక మతకర్త. మన దేశమున నీ మహమ్మదుమతావలంబకులు సుమారై దుకోట్లు గలరు. ఇతఁ డాసియాఖండమునకు పడమటనున్న అరేబియాను ద్వీపకల్పముల మక్కాయనుపట్టణమున జననమొందెను. ఈతని తల్లిదండ్రు లితనిపుడను యీతని బాల్యమున నేగతించిరి. ఆకారణమున నీతఁడు పసితనమునుండియు పినతండ్రిపోషణమున పెరిగి పెద్దవాడయ్యెను.

సుమారు 18 వత్సరముల ప్రాయమున నీతఁడు ఖడీజాయను నొకధనికురాలైన వితంతువునొద్ద గుమాస్తాగా ప్రవేశించెను. ఒకటి రెండు వత్సరము లరుగుటకుమున్నె యీతఁడు తన యజమానురాలును, ధనముగల్గినదియును, వితంతువును అయిన ఖడీజాను వివాహమాడెను.

ఈతడు జనన మొందునప్పటికి దేశమున విగ్రహారాధనము ప్రబలియుండెను. మరియు పెక్కురు పెక్కురగుదైవతముల నారాధించుచుండిరి. ఈతడు యుద్యోగము ప్రవేశించినది మొదలుకొనీ యనుదినమునను యేకేశ్వరోపాసనగావించుచుండెను. ఈతఁడు పరమేశ్వరుఁడొక్కడే యని గుర్తించి తన యభిప్రాయమును ఇతరులకు బోధింపసాగెను. మక్కా

పట్టణములోని వారెవ్వరును తొలుత సీతని పల్కుల విశ్వసింపకుండిరి, మరియు సీతడు దేవునిదూతనని పేరుపెట్టుకొని మతవిధ్వంసము చేయుచున్నాడని పలువురు తలంచిరి ఈతని తుదముట్టింపవలయునని గూడ ప్రయత్నములు సల్పిరి. అంత సీతడు తన భార్యయు, దనకు ప్రథమశిష్యురాలునునైన ఖదీజాతో గలసి అరేబియా దేశమునందలి మదీనా యను మరియొక పట్టణమునకు బారిపోయెను.

మహమ్మదు దనకెన్ని కష్టములు గల్గినను లెక్కింపలేదు; యేకేశ్వరోపాసనను త్యజింపలేదు. మదీనాపట్టణమును ప్రవేశించిన పిమ్మట సీతఁడు మతవిషయికమైన తన యభిప్రాయముల నచ్చటి జనులకుబోధించినవారలకు యేకేశ్వరోపాసనా విధానమును నిరూపించి చూపెను. పెక్కురీతనికి శిష్యులైరి. త్వరలో మదీనాపట్టణమున సీతఁడు తన మతమును స్థాపించెను.

అనంతర మాతఁడు తన శిష్యులను వెంటబెట్టుకొని మక్కాపట్టణమున కేగి ప్రతిపక్షులవాదముల నన్నింటిని ఖండించి యచటగూడ దన మతమును స్థాపించెను.

పైన పేర్కొనబడినవా రెల్లరును ఆత్మవిశ్వాసము గల్గి ఆత్మశక్తిని విజృంభింపజేసి లోకమునకు మహోపకారమాచరించినవారు. వీరు ప్రాచీనులు. ఆధునికులలో గూడ

గొందరు మహాత్ములు గలరు. రామకృష్ణపరమహంస, ఖండ ఖండాంతరముల హిందూమతమునుగూర్చి యుపన్యసించి హిందూమతముయొక్క పవిత్రతను నిలువబెట్టిన వివేకానంద స్వామి, హరనాథబాబా మున్నగువారలు ముఖ్యులు. వీరల విఖ్యాత చారిత్రములు లోకవిదితములు రాజకీయార్థిక విష యములలో నతి నిపుణులై దేశమునకు మహోపకార మాచ రించిన మహాత్ములలో లోకమాన్య బాలగంగాధరతిలక్, దాదాబాయినౌరోజీ, మోహనచందు కరంచందుగాంధి మున్నగువారు ముఖ్యులు, వీరెల్లరును ఆత్మశక్తి విజృంభింప జేసినవారిలో నగ్రగణ్యులని వచింపవలయును. వీరి విఖ్యాత చారిత్రములను గూర్చి వేరుగ వివరింపవలసిన పనిలేదు.

---

శుభమస్తు

# వశీకరణతంత్రము

## రెండవ ప్రకరణము

### ఆత్మశక్తి

ఆత్మశక్తి (విల్ పవర్) అననేమి? అది ఎట్టి వారలకు లభించును? అయ్యది సులభముగా బడయుటకు తగినమార్గ మేమి యను విషయములనుగూర్చి కొలదిగా తెలిసికొందము.

ఆత్మశక్తివలన సాధింపలేని కార్యములు లేవు. ఆత్మశక్తివలన యితరుల మనోగతమునను సులభముగా దెలిసికొన వచ్చును. యితరులచే తన యిచ్ఛవచ్చిన కార్యములను జేయింపవచ్చును. దూరశ్రవణము, దూరదృష్టి మున్నగు శక్తులను చూడగలుగుదువు. ఆత్మశక్తివలన నీవు లాభమొందుటయే గాక నీతోడివారలకు గూడ లాభమును గలిగింపగలవాడ వగుదువు. కావున నీవు సులభముగా ప్రజాగౌరవమునకును యాదరణమునకును పాత్రుఁడ వగుదువు

ఆత్మశక్తి నలవరచుకొనుటకు మనస్సు నిర్మలముగా నుండవలయును-మనోనిశ్చలత లేనివాడు ఆత్మశక్తికై యత్నించుట వెఱ్ఱితనము. మనస్సునకు నిశ్చలతగలుగుటకు నీవు తామసమును త్యజింపవలయును. తామసము సర్వానర్థములకును మూలము. మానసమునందు విచారమునకుగాని ఈర్ష్యకుగాని తావీయరాదు. మరియు ద్రవ్యార్జనవిషయమై నీవెప్పుడును ఆలోచింపకుము. అట్టివిషయములగు ఆలోచనలచే నీమనస్సునెపుడును కలతపెట్టకుము. వేయేలఅంతరంగశత్రువులగు కామక్రోధాదులను జయింపవలయును దయాసత్యశౌచముల నలవరచుకొనవలయును. అనంతరము మనస్సు నొక విషయముపై కేంద్రీకరించుటకు ప్రయత్నింపవలయును.

ఆత్మశక్తిసంపాదనమునకు ప్రధానమైన మనోనిశ్చలతను సంపాదించుటకు పరమేశ్వరధ్యాన మనుదినమును గావించుట సాధనమైయున్నదని జెప్పవలయును. అనుదినమును పరమేశ్వర ధ్యానమున కొంతకాలము గడపితివేని కొన్నిదినము లేగునంతకు నీమనస్సును ఒకేవిషయమునెడ కేంద్రీకరింపగలుగుదువు.

ద్రవ్యార్జనాపేక్ష హృదయమున నెప్పుడునునిలుపవలదు. ద్రవ్యార్జనమే ప్రధానోద్దేశముగాగల్గిన నీవొనరించిన కార్యము ఫలింపనే ఫలింపదు. మరియు లోభగుణమించుక

నీయందు గాన్పించినంతనే నీవెంతటియధికారివైనను సంఘ
ముచే తృణప్రాయునిగా తలంపబడుదువు. సంఘమువారలు
నిన్ను దమలోఁగలుపుకొనుటకైన నిచ్చగింపరు. సాటిసోద
రుల కుపయోగపడక యాత్మసౌఖ్యమునకు వినియోగపరు
పక ద్రవ్యమునుగూడ బెట్టినందువలన లాభ మేముండునో
కొలఁదిగా నాలోచింపుము. నీవార్జించిన ధనమంతయును నీవరి
గినపిమ్మట రెక్కలువచ్చిన పక్షికైవడి యెక్కడికక్కడనే
నశించుననుమాట జ్ఞాపకముంచుకొనుము.



దయార్ద్ర బుద్ధిగల్గియుండుము. పరులకష్టములయెడ
సానుభూతి గల్గియుండుము. అందువలన నితరులకు నీయందు
దయగలుగును. నీవలన నగునుపకారమును సలుపుటకు నీవెన్న
డును వెనుకంజవేయవలదు. ఇట్టిస్వల్పములగు కార్యములవల
ననే నీవు ఖ్యాతిగడింపగలుగుదువుగాని లక్షలకొలఁది ద్రవ్య
మును వెచ్చించి పెద్దపెద్దబిరుదములను దెచ్చుకొనినను నీపై
జనుల కనురాగము గలుగ నేరదు.



నీహృదయమును విశ్వమానవసోదరత్వమును బాదుకొ
లుపుము. నీహృదయము ప్రేమకునిలయము గావింపుము.
ఇతరులెల్లరును నిన్నెట్లు ప్రేమింప వలయుననియు, సహాయ
మొనరింపవలయుననియు నీవపేక్షింతువో యట్లే నీవితరుల
యెడ ప్రవర్తింపుము. మరియు నీహృదయమున ప్రవేశించిన
క్రోధము, ఈర్ష్య, ప్రతీకారకాంక్షమున్నగున వెన్నియో

నీహృదయమున ప్రవేశమునుగాంచి నీమనస్సు నెన్నడును నిలుకడగా నుండనీయవు.

మరియు ఆత్మశక్తి సాధనమునకై యత్నించుచు నీవు నీకు గల సమస్త దురభ్యాసములను విడువవలయును, చిరకాలాభ్యస్తములగు దురభ్యాసముల నొక్కసారిగా పరిత్యజించు టసాధ్యమని తలంపకుము. అసాధ్యమగునదెద్దియును లేదను దృఢవిశ్వాసముతో నుండుము. కావున నీయభ్యాసములను సాధ్యమైనంతత్వరలో విడిచిపెట్టుటకు యత్నింపుము. నీదురభ్యాసములు కొండఱు మానవులను నీచెంతకు రానీయకుండును కావున దురభ్యాసములను విడచుటకు నీ వెక్కుడుగా కృషిచేయు టవసరమైయున్నది. నీవు సరిగా దురభ్యాసములను విడువవలయునను సంకల్పముతో యత్నించిన త్వరలోననే ఫలితమును గాంచగలవు. నీవు నీకుగల దురభ్యాసములను యెంతశీఘ్రముగా విడిచిపెట్టగలుగుదువో యంతత్వరలోననే నీవాత్మశక్తిని యలవరచుకొనగలవని విశ్వసింపుము.

నీహృదయమున నగోచరమైనదియు నద్భుతమైనదియునగు యొక గొప్పశక్తి గలదనుమాట నెప్పటికిని మఱువకుము. నీవిశ్వాసము ఆత్మశక్తి సంపాదనకు ప్రధానమనుట యెఱుంగుము. నీవు నీవార్జించిన యాత్మశక్తి ప్రభావమున నెంతలేసి కార్యములనైనను సాధింపగలనని తలంచుచుం

డుము. విద్యుచ్ఛక్తివలె నీవు నీయాత్మశక్తి ననేకవిధము లుగా నుపయోగింపగలనని దలంచుచుండుము.

ఆత్మశక్తి నలవరచుకొనుటకు ఏకాగ్రత ప్రథమకర్తవ్యము. ఏకాంతమున గూర్చుండి యాత్మశక్తి సంపాదనమునకు యత్నించుట మంచిది. ఏకాంతమున నున్న మనస్సు యితర విషయములపై ప్రసరించుటకు అవకాశము తక్కువగానుండును. నీవాత్మశక్తి సాధనమునకై నిశ్చయించిన ప్రదేశము విజనమైనదిగాను, బాహ్యప్రపంచమునందలి ధ్వను లేమియు వినరానిదియునై యుండవలెను.

నీవు విలిక్తమగు ప్రదేశమున కేగునపుడు శాంతినిధానమున కరుగుచున్నాడను. ఆప్రదేశమున గూర్చుండిన నా మనస్సు చలింపకుండును. ఏకాగ్రత లభించును. అందు గూర్చుండి అభ్యాసపరచినయెడల నేను సులభముగా నాత్మశక్తిని సాధింపగలుగుదును అని తలంచుచుండుము. విలిక్త ప్రదేశమున కేగునపుడు నీచిత్తమున నెట్టివిచారమును నిలువ నీయకుము. ఏడ్చుచు వ్యవసాయముచేసిన కాడిమేడి దొంగలెత్తుకొనిపోయిరను సామెత జ్ఞప్తియందుంచుకొని యుత్సాహపూరితుఁడవై యభ్యాసమునకు గడంగుము.

సందేహమునకు నీహృదయమున తావీయకుము. నే నాత్మశక్తిని సంపాదింపగలనా లేనా యని యెప్పుడును సందేహింపకుము. సందేహము నీహృదయమును ప్రవేశించిన

అధైర్యము గూడ నీహృదయమున సులభముగా ప్రవేశించును. అధైర్య మెప్పుడు నీచిత్తమున ప్రవేశించినదో యపుడు నీవొనర్చు యత్నములన్నియు నిష్ఫలములగును కావున జయము నిశ్చయమని నమ్మి యభ్యాసపరుపుము.

ఆత్మశక్తిగలవాడు-సామాన్యుడు:— ఆత్మశక్తిగల మహాత్ముడు తన మనోగతమును యితరులకు దెలియనీయక యాత్మశక్తిప్రభావమున యితరుల మనోగత రహస్యముల నెల్ల దెలియుచుండును. ఆతడు చేష్టలయందుగాని, పలుకుల యందుగాని దనరహస్యముల వెలువరింపడు. మరియు దన పలుకుల నేర్పుచే నితరులకు దన మనోగతరహస్యములను దెలుపుచున్నట్లు నటించును, ఆతని నటనమునుగాంచి సామాన్యుడు ఆతడు తన రహస్యముల వెలువరించుచున్నాడని సంతసించి యాతడు జెప్పినట్లు ప్రవర్తించుటకు గూడ సిద్ధపడును. ఆత్మశక్తియుతుడు యితరులను దనచేతి కీల్బొమ్మలట్లాడింపగలడు.

ఆత్మశక్తిగల పురుషులు సామాన్యుని వశీకరణ మొనరించుట కాతనిపై నాత్మశక్తిని ప్రయోగించు టతి గోప్యముగా నుండును. ఆతడాత్మశక్తిని నీపై ప్రసరించుచున్నట్లు నీకుగూడ దెలియనంతటి గోప్యముగానుంచును. నీవాతనితో మాట్లాడునపుడాతడు నీముఖముపై దృష్టినిల్పు

నట్లు గాన్పించును. గాని నిక్కువముగా నాతఁడు తన చూడ్కులను నీయొక్క భ్రూమధ్యమున నిలిపియుంచును, ఆతఁడొనరించు పనిని నీవు గ్రహించినట్లాతని కేమాత్రమనుమానము దోచినను నీముఖముపైనుండి చూడ్కులను మరలించి నీయితరావయవములను దిలకించుచు నీముఖమునైనను జూడకుండగనే వెడలిపోవును. కాని యాతఁడట్లుపోవుచు నీవు ఆతని వెంటకువచ్చునట్లు ఆకర్షించుకొనియే వెడలిపోవును. ఆశక్తి ప్రభావమున నీవాతనిని సందర్శింప నేగుదువు. నీవొకక్షణమైనను జాలము సేయక నేయాతనిసందర్శించుట కేగుదువు.

ఆకర్షణశక్తిలేక యాత్మశక్తిగల పురుషుఁడు తనకుగల యాత్మశక్తినిగూర్చి యితరులతో నెన్నడును ప్రస్తావింపడు. మరియు వితండ వాదములకుబోడు. ఆతడితరులనుగాంచినంతనే యనురాగమును ప్రకటించునుగాని ద్వేషము, క్రోధము, ఈర్ష్య గాన్పింపనీయడు. ఆతఁడితరులతో మాటలాడునప్పుడు మిక్కిలి వినయముగను, శాంతముగను, మాటలాడును. ఇతరులు జెప్పు వాక్యములన్నిటిని యెంతయో శ్రద్ధతోడను, యోర్పుతోడను యాలించుచుండును. అట్లు చేయుచు దనయందు తనతో మాటలాడువానికి సదభిప్రాయము గలుగునట్లు ప్రవర్తించును.

ఆత్మశక్తిగలవాఁడు నిందాస్తుతులను బరిగణింపడు. ఆతని భావమెల్లపుడును యుత్తమోత్తములగు నాశయములనే కాంక్షించుచుండును. ఆతఁడు తనకష్టములను గూర్చి యెన్నడును పరులతో జెప్పకుండును. అందువలన జీవితరహస్యమును గాపాడుకొనిన వాడగును.

ఆత్మశక్తిరహితుఁడు రహస్యమును గోప్యముగా నుంచజాలఁడు. ఆతఁడు తన రహస్యములనుగాని యితరుల రహస్యములనుగాని దాచుట కశక్తుడై యుండును. ఆత్మశక్తిలేనియాతఁడు నిమిత్తములేకుండగ నేపరుల చెంతకేగి వారలతో దమరహస్యమును జెప్పును. అట్లు చెప్పుటవలనగాని యాతని మనంబునకు శాంతి చేకూరనేరదు.

ఆత్మశక్తిలేని యాతడు ఎల్లరును దనకు దోడ్పడవలయు ననియు, సహాయము చేయవలయు ననియు యాశించును. కంటబడినవారెల్ల దనకు సహాయము చేయవలసినదని ప్రార్థించును అట్లు వారు దనకు దోడ్పడకున్న ధనము వెళ్ళిపోయినట్లుగా విచారించును. కాని తానితరులకు మున్నెట్టి సహాయమును జేసి యుండలేదనుట మాత్రము దలంపడు.

ఆత్మశక్తిలేని పూరుషుని మనం బనుక్షణమునను చలించుచునేయుండును. ఆతనిహృదయమునను శాంతి షుంత

యును యుండదు. సర్వకాలసర్వావస్థల నేదో వాంఛించుచునే యుండును. పెక్కువిషయములను గూర్చి వాంఛించుటేగాని యా వాంఛితములలో నొక్కటియు నెరవేరకుండును. ఆత్మశక్తి రహితుని యాశకంతము లేకుండును. ఆశాపిశాచపీడితుఁడైన మానవుఁడు సంసార తాపత్రయమునబడి చిందులాడుచునే యుండును. యున్నతభావములు జనించుటకుగాని యట్లు కాక జనించుచున్న ఫలముల నందుటకు గాని యాతఁడశక్తుఁడై యుండును

ఆత్మశక్తిగలవాఁడు ఆత్మశక్తిరహితునితో సాంగత్యము చేయరాదు. సాంగత్యదోషమువలన నాత్మశక్తిరహితునియందుగల సహజలక్షణములు గొన్ని యాత్మశక్తిసంపన్నునకుగూడ సంక్రమింపగలవు. తన్మూలమున నాత్మశక్తియుండి చెడునడవడికలలోనై తన యాత్మశక్తి నంతయు క్రమముగా గోలుపోవును.

ఆత్మశక్తి యుతుండు తనప్రవర్తన విషయమున మిక్కిలి జాగరూకుఁడై యుండవలయును. తనయందున్న లోపములను యితరులకు దెలియనీరాదు. ఆత్మశక్తిసంపన్నుని యందుగల లోపము లితరులకు దెలియవచ్చినయెడల వారలకాతనియందింతకుమున్నుగల గౌరవమును అభిమానమును సులభముగా తొలగిపోవును.

## ఆత్మశక్తి సాధించిన వానియందు గలుగు మార్పులు

ఆత్మశక్తి నలవరచుకొనినవానియందు నూతనము లైన మార్పులు గొన్ని గోచరించును. ఆత్మశక్తి ప్రభావమును గుర్తింప గలుగును. సంఘమున గౌరవమునకు పాత్రుడగును. ప్రజానురాగమును బడయగలుగును. ప్రజ లాతని యుత్తమప్రవర్తన మాదర్శకముగా గొనుట కుత్సహింతురు. మరియు పెక్కువిషయములనుగూర్చి దెలుపుట పెక్కువిషయములం దాతని యాలోచనము గైకొనుటకు పెక్కురాతని చెంత కరుదెంచుచుందురు. అట్టిస్థితియం దాతని యాత్మశక్తి సునిశితమైనదయి యెట్టికార్యమునైనను జేయుటకు దగినదయి యుండును.

## ఆత్మశక్తి

ఆత్మశక్తి యొకపదార్థముగాదు. తండ్రినుండికుమారునకుగాని తల్లినుండి కుమార్తెకుగాని సంక్రమించునట్టిదియు గాదు, రోగముగాదు, రోగలక్షణముగాదు, ప్రతిమానవుని యందును నీయాత్మశక్తిగలదు. నాయందాత్మశక్తి లేదని నీవు తలంతువేని నీయందలి యాత్మశక్తి నశించును. నీయందట్టి శక్తి యున్నదని విశ్వసించితివా ఆత్మశక్తిని గుర్తించినవాడ వగుదువు.

ఆత్మశక్తి విషయస్పర్శముల కంటనిది. ఆత్మశక్తి ప్రభావము వర్ణనీయమైనది. కేవలము అభ్యాసమువలననే బడయఁదగినదియును యితరులవలన నపహరింపబడనదియును, లోకోపకారమున కుపకరించునదియునై యున్నది. నీయందు గల యాత్మశక్తిని యెవ్వడును హరింపఁజాలడు.

ఆత్మశక్తి నభ్యాసపఱుపనెంచితివేని ముందుగా ఆశలను జయింపుము. ఆశాపాశములనుండి విడివడుటకు యత్నింపుము. నీమనస్సున నే దేనికోర్కె జనించిన నీమనస్సంతయును నాకోర్కెపైననే కేంద్రీకరించి నేనీయాశను జయించుచున్నాను. నాశక్తియాశాశక్తిని హరింపగలను అని తలంచుచు లోపలికి గాలిని పూరించి కొలది సెకనులకాలముచు నిల్పి యనంతరమట్లే తలంచుచు నెమ్మదిగా గాలినివిడిచిపెట్టుము. కోర్కెలు లేక యాశను నిగ్రహించితినని తలంచుచుండుము ఇట్లొకటి రెండుదినములు గావించితివేని నీవు సులభముగా నాయాశను జయింపగలవు.

నీవాచరించుయత్నముల ననుసరించియు, నీమనోనిశ్చలత ననుసరించియు, నీయందుగల యాత్మవిశ్వాసము ననుసరించియు, నొక్కదినమునగాని, వారముదినములలో గాని నీవు ఆశలను సంపూర్ణముగా జయింపగలవు. త్వరలో నాసలను నిగ్రహింపజాలకపోయితినని చింతింపకుము. అధైర్యపడకుము, నిరుత్సాహముజెందకుము. నీవు నిరుత్సాహము

నను తావిచ్చితివా నీవెన్నటికిని నీయాశలను జయింపజాలవు. ఆశలను జయించుటకు నీవు యత్నించునపుడు సంపూర్ణమగు నాత్మవిశ్వాసముతో నుండవలయును.

ఆత్మవిశ్వాసమును చేకొని యాశలను జయించితివేని ఆత్మశక్తిని సులభముగా బడయగలవు. ఆత్మశక్తిని సాధించిన పిమ్మట నేమగునోయని సంకోచింపకుము. నీయందలి ఆత్మశక్తి నీకు తెలియకుండగనే విజృంభించి యితరులను నీ చెంత కాకర్షించును.

శుభమస్తు

# వశీకరణతంత్రము

## మూడవ ప్రకరణము

### ఆత్మశక్తి

మహాత్కార్యముల నాచరించుటకును, దేశోపకారమునకు పాటుబడుటకును ఆత్మశక్తి సలవరచుకొనుట ఆవశ్యకర్తవ్యమని యీవరకు దెలిపియుంటిమి. ఆత్మశక్తి నలవరచుకొనుటకు శరీరపరిశ్రమ ఆవశ్యకమైనదని పెక్కురు తలంచుచున్నారు. శరీరపరిశ్రమవలననే ఆత్మశక్తి చేకూరునని కొందరభిప్రాయపడుచున్నారు. కాని నిజమునకు ఆత్మశక్తికిని శరీరపరిశ్రమకును యెట్టిసంబంధమును లేదు.

దేశమునందంతటను దన పేరు మార్మ్రోగునట్లుగా జేసి భారతీయుల నసంఖ్యాకుల నొక్క సూత్రముపై నడచునట్లు గావించిన మహాత్మామోహన్ దాస్ కరంచందు గాంధియెంత టిబలాఢ్యుడో దెలియనివారులేరు. ఆయన యింతటి మహాత్కార్యము నెట్లు సాధింపగలైను. తన యాత్మశక్తి నివిజృంభింపజేసి ప్రజాదరణమును బడయగలైను.

ఒక్కనియం దాత్మశక్తిగలదో లేదో తెలియజాలుట కష్టము, మరియు ఆతండే కార్యమున నాత్మశక్తిని ప్రయోగించి వెకలిపోవునో దెలియుట దుస్సాధ్యము, కాని యాతని నిష్కళంక చరిత్రమును బట్టియు, ఆతనియందుగల పరోపకారబుద్ధినిబట్టియు, స్వార్థరహితమగు ప్రవర్తనమునుబట్టియు నాతడాత్మశక్తి సంపన్నుడని తెలియవలయును.

ఆత్మశక్తియులవడుట మిక్కిలికష్టము. సద్గుణగరిష్ఠుడై సజ్జనసహవాసముగల్గి, నిష్కళంక చరిత్రము గల్గినవాడైన యెడల నాత్మశక్తిని బడయగలడు, మరియు నాత్మశక్తినభ్యసింపదలచువాడు స్వార్థపరులై దన్ను జేరవచ్చు మిత్రనామకులను దరిజేరనీయకుండ వలెను

ఆత్మశక్తి నలవరచుకొనినపిమ్మట చిత్తమునకుసంపూర్ణమగు విశ్రాంతి యొసంగవలయును. అనవసరవిషయముల గూర్చియదేశనిగా పలువిషయములగూర్చి యాలోచింపరాదు. అట్లాలోచించుటవలన ఆత్మశక్తి కొంతవరకు నశింపగలదు, కాని అవశ్యకమైన విషయములనుగూర్చి తలంపవలదనుట మాయభిప్రాయముగాదు. అవసరమగువిషయములనుగూర్చి యెంతగా నాలోచించినను దొసగుగలుగదు. ఆత్మశక్తి నశింపకుండును.

సంపూర్ణమగు విశ్వాసముఆత్మశక్తియు మనకుండవలయును. ఈకార్యము ను నేను సాధింపజాలను యిత్యాదినాతలకుమించినపనియని తలంపకుము. అట్లుతలంచెడివారి యాత్మ

శక్తి నశించును. సంపూర్ణమగు విశ్వాసముయొక్క బలము నీ వెట్టిమహాకార్యమునైనను సులభముగా నెరవేర్పగలుగుదువు.

కార్యసాధనకు విశ్వాసమేకాక వినయముగను శాంతముగను మాటలాడుటకూడ యవసరమైయున్నది. నీవు శాంతముగా మాట్లాడుచుండ నెదుటనున్నవా డెంతటి రౌద్రమూర్తియైనను నీతో తీవ్రముగా సంభాషింపజాలడు. శాంతముగ మాటలాడుటవలన నీకార్యమును నీవు సులభముగా నెరవేర్చుకొనుటయేగాక వాక్కలహమునకు అవకాశము లేకుండ జేసినవాడ వగుదువు.

నీసేవకులపైనైనను కోపింపకుము. వారితో నెంత శాంతముగా నీవు మాట్లాడగలిగినవారిచే నంతకెక్కుడగు పనిచేయింపగలవు. నీపరిచారకులను నీ వుత్సాహపరుప వలయును, వారల సంతసింపజేయునట్లు మాటలాడుము. ఆకారణమున వారు నీవు తమయందు నయగలిగి యున్నావని తలంతురు. నీయందు మిక్కిలి గౌరవము గలిగియుందురు. మరియు నీకార్యముల నతిశీఘ్రముగను యుల్లాసముతోడను చేయుచుందురు. అట్లుగాక నీ వనుదినమునను పరిచారకులపై కేకలు వేయుచు, దిట్టిపోయుచు నుంటివేని వారలకు నీయందు గల సదభిప్రాయము తొలగిపోగలదు. నీయందు వారల కెట్టి గౌరవము నుండదు. అనుదినమున నీచే దిట్లుదినుట వారికి పరిపాటియగును. అనుదినమునను దిట్లెందు కేని దినుచుంటిమి గదా పనిపాటలుగూడ చేయుటెందులకని యేపనిచేయకుం

దురు. నీకు గనబడినయెడల నెందుకో యొకందులకు దిట్టి పోయుదువని నీకంటబడక నేమూలమూలలనో గూర్చుండి కాలముగడిపి పోవుదురు. ఒకరోజున నాలస్యముగా వచ్చిన పరిచారకున కుల్లాసము గలిగింపుము. అందుల కత డెంతయో సంతసించి తన విధ్యుక్తముల నతి త్వరలో నిర్వర్తించి నీయాజ్ఞల కెదురుచూచు చుండును. మరియు నీపరిచారకులుగూడ నీయట్టిమనుజులేయనియు వార లకుగూడ మానాభిమానము లున్నవనియు దలంపుము.

సత్యము లోకమున నెక్కుడగు గౌరవమును గలిగి యున్నది. సత్యమునే వచించునట్టివారు లోకమున నరుదుగా నున్నను తన యెదుటనున్నవాడు సత్యమునే వచించుచుండ వలయునని యభిలషింపనివాడొక్కడును యుండడు, సత్యము సకలార్థ సాధనము. సత్యముచే నీవు ప్రజానురాగమును సులభముగా బడయగల్గుదువు ధనార్జనమునకుగూడ సత్యమే ప్రధానమైన సాధనమైయున్నదనుట విశ్వసింపుము. వర్తక వ్యాపారములందుగూడ సత్యమే వచించునెడల విశేషలాభము చేకూరగలదు. తొలుదొల్త సత్యమును బలుకుటవలన నీకు మిక్కిలి స్వల్పమగు లాభము చేకూరినను కాలక్రమమున విశేషమగు లాభము చేకూర్పగలవు. నీవు స్వల్పమగు లాభమునకు సంతసింతువనియు, మంచిసరకునే విక్రయింతు వనియు దెలిసినంతనే బెల్లమునకు చీమలు జేరినట్లు పలువురు నీచెంత కరుదెంతురు. పలువురవలన నీకు అచిర కాలములో నెక్కువలాభము చేకూఱగలదు.

అసత్యములును, కఠినోక్తులను సమీపింపఁబడఁచినవారినిగూడ దూరదూరమునకు బారద్రోలుము. ఎల్లప్పుడును క్రోధముతోడను, పెద్దగొంతుకతోడనుమాటలాడు తండ్రి చెంతకేగియు బిడ్డకతి తరచుగాబోకుండుపనుట మనమను దినమును జూచుచునే యున్నారము.

ఆత్మశక్తి సంపాదనమునకు సంపూర్ణమగు విశ్వాసము. నేను సమస్తకార్యములను సాధింపగలను నాకన్నిటజయము జేకూరును పరాత్పరుఁడన్నిట నాకు తోడ్పడుచుండును అనువిశ్వాసము ఎంతఆవశ్యకమైనదో, ఏకాగ్రతగూడ యంత యావశ్యకమైనది ఒక విషయముగూర్చి చింతించునపుఁడు వేరొకవిషయముపై చిత్తమునెప్పుడును పోనీయకుము. అనేక విషయములనుగూర్చి యాలోచించుచుంటివేని నీవేకార్యమునుగూడ సాధింపజాలవు.

నీచరిత్రమును గుప్తముగానుంచుటకు యత్నింపుము. నీయాప్తకోటిలోని వారికైనను నీచరిత్రమేమాత్రమును దెలియనీయకుము. నీయందుగల లోపములను యితరులుగుర్తింపకుండునట్లు ప్రవర్తింపుము. నీవు నీకష్టములనుగూర్చిగాని సుఖములనుగూర్చిగాని, యితరులతో నెప్పుడును జెప్పకుము. నీ కష్టసుఖములనుగూర్చి వినుటకు నీ మిత్రుడుత్సహించునని నీవెన్నడును తలంపరాదు. అట్లు ఉత్సాహమును గనబరచెడి మిత్రుఁడు మిత్రుడుగాక నీయాంతర్యమును గ్రహించుటకు చెంతచేరిన శత్రుఁడోగాక శత్రునకిష్టుఁడో యైయుండు

నని తలంపుము. దైవ మనుకూలింపకున్నయెడల పరమమి
త్రులు శత్రువులగుదురు. అట్లగుట సంభవించినయెడల నీచరి
త్రమంతయును దెలిసియున్న మిత్రుడు శత్రుకోటిలో చేరిన
నీకెంతటి యనర్థము వాటిల్లునో యాలోచింపుము.

ఒకానొకవేళ నీవుకష్టముల ననుభవించుచుండగా
నితరులు సుఖించుచున్నారని తలంతువు కాని అయ్యది పొర
బాటు. ఆవిషయ మింతయును సత్యముగాదు. సుఖ
భోగము లనుభవించుచున్నారని నీవెవ్వరినిగూర్చి తలంచు
చున్నావో వారుగూడ నీకు దెలియరాని కష్టములనే యను
భవించుచున్నారు. ఈవిషయమును బోధించు నీక్రిందికథ జది
విన లోకము కష్టసుఖముల కాకరమైనదని తల తువు.

ఒక దినమున బుద్ధుని చెంతకొక యువతీమణి మర
ణించిన కుమారుని నెత్తుకొనివచ్చి యాశవమును బుద్ధభగవా
నుని పాదములపై బడవైచి తండ్రీ! నాయీచిన్ని కుమారుని
బ్రతికింపుము. ఈబాలునితోడిదే లోకముగా జీవయాత్ర
సాగించుచుంటిని. ఈబాలుని విడచి క్షణకాలమైనను నిలువ
జాలనని గొంతెత్తి రోదనము గావించుచు బల్కెను. బుద్ధుం
డామె నూరడించి తల్లీ నీ కుమారునకువచ్చిన భయములేదు.
నేను యీ బాలుని మరల బ్రతికింతును. ఇంతమాత్రమునకు
నీవు రోదన మాచరింపవలసిన పనిలేదు. కాని నీవొక్కపనిసే
యుము. ఈసమీపముననున్న గృహస్థులయిండ్లకుబోయి ఒక
మిల్లిగిరికెడు ఆవాలను గొనిరమ్ము. అట్లుగొనివచ్చితివా! నీకు

మారుని జీవముల రక్షింపగలను. కాని నీవెవ్వరి యింటినుండియావాలనుగొనివత్తువో ఆ యింటివారెట్టికష్టములకును లోనై యుండరాదు అని పల్కెను. ఆపల్కులాలించి ఆయువతీమణి స్వామీ! యేదోగొప్పవిషయము జెప్పెదరని తలంచితిని. మిల్లిగరిజెడావాలనే గొనిరాలేకపోదునా? క్షణమున తిరిగివచ్చెద ననుజ్ఞయిండనియెను. బుద్ధదేవుఁడు తన్వీమణీ! కష్టమెఱుగనివారింటినుండి మాత్రమే యావాలను గొనిరావలసినదని హెచ్చరించి యామెను బంపివైచెను.

ఆయువతీమణి యొక గృహమునకేగి వారలతో దనకుదాపురించిన పెనుముప్పును గూర్చి మొరపెట్టి తన కుమారుని బ్రతికించుకొనుటకు మిల్లిగరిజెడావాలు నొసంగవలసినదని ప్రార్థించెను. ఆయింటివారావాలనుగొనివచ్చుటకు లోనికేగినతోడనే యామెకు బుద్ధభగవానుని పల్కులు జ్ఞప్తికివచ్చెను. అంత నామె తల్లీ! మీరావాల నొసంగుచుండిరి. కాని మీవలన నొక్కవిషయమును దెలియవలసియున్నది. మీరేమైన కష్టములకులోనై యున్నయెడల మీరొసంగిన యావాలవలన నెట్టిప్రయోజనమునుయుండదు. బుద్ధభగవానుఁడు కష్టమెఱుంగని వారింటినుండి మాత్రమే యావాలను గొనిరావలసినదని నియమించియుండెను. అని పల్కెను. అంత నాయింటివారు తల్లీ! కష్టములలోజిక్కియటమటించుచున్నాము. మాకష్టములకంతము లేదని భావించి యెట్టులో జీవయాత్ర సేయుచుంటిమి అనిపల్కిరి. ఆయువతీమణి వారింటినుండి గొనితెచ్చిన యావాలు దన

కుమారున కుపయోగింపవని వేరొక యింటి కేగెను. అచ్చటను మొదటి యింటియొద్దను జరిగినట్లుగానే జరిగెను. ఎచ్చటి కేగినను కష్టమెఱుంగనివారే యామెకు గాన్పింపలేదు. దివసావసానసమయమున నామె రిక్తహస్తములతో బుద్ధుని చెంత కరుదెంచెను.

బుద్ధుండామెను దిలకించెను. ఆ మెముఖమునందు తొల్లిటివిచారము లేదు. ఆమెకిట్లనియెను. 'తల్లీ! యావాలను గొని తెచ్చితివా? ఇమ్ము; నీకుమారుని బ్రతికించుటకు యత్నింతును' ఆ యువతీమణి భగవానునకు నమస్కరించి తండ్రీ! అంతటిభాగ్యమునకు నేను నోచుకొనియుండలేదు. నేనెక్కి చూడనిగడపలేదు. ఏయింటనడిగినను నేదోకష్టమునకు గురియైయుంటిమని బల్కువారేగాని మేమేకష్టమును మెఱుంగమని పల్కువారే లేరు. ఇంక చేయునది లేక వెనుకకు మరలివచ్చితినని పల్కెను.

బుద్ధుండామెను సముచితరీతినోదార్చి తల్లీ! లోకము కష్టములకాకరమైది. నకష్టములనుభవింపకుండువాడిలాస్థలి నొక్కడైన నుండబోడు. ఈవిషయమును నీవు నేడు స్వానుభవమున దెలిసికొనియుంటివి ఇంక నాపల్కులనాలింపుము. కష్టసుఖములు కావడికుండలవంటివి కావున ప్రాజ్ఞుండైనవాడు కష్టసుఖముల నొకేరీతి నోర్చికొనవలయును. మఱియొక్క విశేషమునుగూడ దెల్పెదనాలింపుము. మనకు దాపురించినకష్టము తొలుత నెక్కుడు తీవ్రత దాల్చి దుఃఖముగల్గించునదై యుండును. కాలక్రమమున దుఃఖము తగ్గిపోవును. నీవు ప్రొద్దుట

నెంతగా దుఃఖించుచుంటివో యిప్పుడంతగా దుఃఖించుటలేదు. రేపటికీవిచారముగూడ తగ్గగలదు. లోకులతో బాటుగ నీవును నీకు దాపురించిన యీకష్టమును భరింపవలసియున్నది. అని హితబోధనమాచరించి పంపివైచెను.

కావున కష్టము నెరుంగనివారు లోకమున నుండరను విషయమును జ్ఞప్తియందుంచుకొనుము. నీకష్టసుఖములను గూర్చి యితరు లెవ్వరికిని జెప్పకుము. నీకంటె లోకు లెవ్వరో సౌఖ్యము లనుభవించుచుండిరని తలంపకుము. ఇతరులు సౌఖ్యములనుభవించుచుండిరని ఈర్ష్యవహింపకుము. ఒకానొకవేళ నీవు యీర్ష్యవహించినను నీకుగల్గులాభమేమి? ఇతరులు నీకంటెనధికులనియు, వారికంటె నే నల్పధికుడ నైదునని యాలోచింపకుము. అంతకంటె నీయంతరంగమున నణగియున్న యాత్మశక్తి నభివృద్ధిగావించుకొనుటకు యత్నింపుము. ఆత్మశక్తిని సాధించితివా తొలుత నీవెవ్వరు సౌఖ్యవంతులని భావించితివో వారికంటె నీవెక్కుడగు సౌఖ్యముల ననుభవించువాడవగుదువు, మరియు నీవాత్మశక్తిని సాధించితివేని నీవు సుఖించుటయేగాక నీతోడివారలకు సౌఖ్యము గలుగజేసినవాడ వగుదువు. ఆత్మశక్తి నలవరచుకొనినపిమ్మట నీవొకరి యానతికి లోబడియుండవలసిన పనిలేదు. స్వతంత్రముగా జీవయాత్రను సాగించుకొనుటకు యత్నింపుము. స్వాతంత్ర్యము లేకున్న నీవు నీయాత్మశక్తిని సరియైన మార్గమున విజృంభింప జేయజాలవు.

నీయాత్మశక్తినిగూర్చి నిరసించువారిచెంతగాని, నీకు శత్రువులైనవారిచెంతగాని, నీయందు విశ్వాసము లేనివారల చెంతగాని, నీమనస్సున కధైర్యము గొల్పుచు నిరుత్సాహ పరపువారిచెంతగాని యాత్మశక్తి ప్రకటనమున కెప్పుడును ప్రయత్నింపకుము. నీయందు విశ్వాసము లేనివారియెడ ప్రయోగించిన నీయాత్మశక్తి వ్యయమగునేగాని సత్ఫల మొసంగజాలదు. నిన్ను నిరుత్సాహపరచువారిచెంత నాత్మ శక్తి ప్రదర్శనము సేయుట, యుద్ధమునకు కర్ణుడు శల్యుని సారథిగా గొనుటవంటి దగును. శల్యుఁడు రథము నడుపు చున్నపుడెల్లను యర్జునుని పొగడుచు కర్ణుని సూటిమాటలచే నొప్పించుచు నీవెక్కడ, అర్జునుని జయించు టెక్కడ, యీపాటికి రథమును మరలింతునాయని ప్రశ్నించుచు నిరుత్సాహపరచుచుండెను. ఆ నిరుత్సాహముగూడ కర్ణుని మరణమునకు గారణభూత మయ్యెను.

ఆత్మశక్తి ప్రదర్శన సమయములందుగాని ఆత్మశక్తి నభ్యసించునపుడుగాని నీకుసర్వవిధముల ప్రోత్సాహమొసంగ గలవారలనే చెంత నుంచుకొనుము. అందువలన నీవు ఆత్మ శక్తిని త్వరలో నలవరచుకొనగలవు. ఆత్మశక్తి ప్రకటనము వలన చేయదలచిన కార్యమును సులభముగా నెరవేర్చగలవు.

---

శుభమస్తు

# వశీకరణతంత్రము

## నాల్గవ ప్రకరణము

### ఆకర్షణయుతమగు దృష్టి

ఆకర్షణశక్తిగల దృష్టి నెట్లు సంపాదింపగలుగుదుము అను విషయమును గూర్చి యొకింత దెలుపవలసియున్నది.

దేహము మంచి యారోగ్యస్థితియందున్నపుడును మనస్సున కత్యుత్సాహముగా నుండునపుడును ఆకర్షణయుతమైన దృష్టి నభ్యాసపరుపవలయును మనస్సును చలింపజేయగల ధ్వనులేమియును వినరానట్టియును నిర్మలమైనదియును అగు నట్టి మందిరమున నభ్యాసము గావింపవలయును. సుఖాసీనుడవయి నీకెదురుగా నుంపబడిన యద్దమునందు ప్రతిఫలించు నీప్రతిబింబముయొక్క భ్రూమధ్యమున చూడ్కులను నిల్పియుంచుము.

కనురెప్పల గదల్పకుండ తదేకదృష్టితో కొలది సెకనులట్లు జూచునప్పటికి కనురెప్పలు బరువెక్కును. కన్నులను దెరచియుంచుట బహుకష్టముగా నుండును. అట్టి స్థితి

యందు నీవు నీకనులను మూయక దృష్టి చెదరనీయక కనురెప్పల నించుక పైకెత్తి యట్లే చూచుచుంటివేని నాలుగైదు సెకనులలో నీ కనురెప్పలబరువు తగ్గిపోవును. మొదటిదినమున నీ వెంతకాలము దృష్టి చెదరకుండ నిల్పియుంచితివో మరుచటి దినమున నంతకంటె నెక్కువసేపు దృష్టి చెదరకుండ నిలుపుటకు యత్నింపవలయును. ఇట్లే దినదినమునకు హెచ్చుకాలము దృష్టిని చెదరకుండ నిలుపుచు తుదకు 15 లేక 20 నిముషముల కాలమువరకును దృష్టిని చెదరకుండ నిలుపగలుగు నంతవరకును అభ్యాసము గావింపుము.

అటుపిమ్మట 4 లేక 5 దినములు అభ్యాసమును గావించుట మానివేయుము తరువాత మరల 15 లేక 20 నిముషములవరకును నిశ్చలదృష్టిని నిలుపగలవో లేదో పరీక్షింపుము.

నిశ్చలమగు దృష్టిని నలవరుచుకొనినపిమ్మట నీవాకర్షణయుతమగు నీదృష్టిని నెవ్వరిపైనైనను ప్రసరింపజేయుటకు ప్రయత్నింపుము.

## సాధనాంతరము

ఒక దళసరికాగితమును దీసుకొని యాకాగితము నడుమ 6 అంగుళముల వ్యాసముగల యొకచక్రమునుగీసి యా చక్రమునకు నల్లరంగు వేయుము. పిమ్మట నాచక్రము యొక్క మధ్యభాగమున కందిగింజంత ప్రమాణముగల నొక తెల్లని మచ్చ బెట్టుము.

ఇట్లు తయారుజేసిన కాగితమును ఒక నిశ్శబ్దమైన గదిలోని గోడకు అంటించుము. నిశ్చలమైనదృష్టి నభ్యసించు

నపుఁడానల్లని చక్రములోని తెల్లనిచుక్కపై దృష్టినిల్పి చూడ్కులను చెదరనీయకుము.

అట్లు కొలదినిముషములు జూచునంతకు నీనేత్రములకా తెల్లనిచుక్కతక్క తదితరమేమియును గాన్పింపకుండును. ఆచుక్కయొద్దనుండి యొక తేజఃకిరణము నీనేత్రములవరకును వ్యాపించినట్లుగా నగుపడును. ఈవిధానమునందు గూడ 15 లేక 20 నిముషములు దృష్టిని చెదరనీయకుండా సుస్థిరతతో నిలుపవలయును.

చీకటిగను నిశ్శబ్దముగను యుండునట్టి యొకగదియందు ప్రకాశమానమైనదియును పొగలేనిదియును మిగుల చిన్నదియును అగు దీపము బెట్టి సావధానుడవై కూర్చుండి యాదీపమువంక నిశ్చలమగుదృష్టిని బరపుట అభ్యాసము, గావింపుము. ఈ విధానమునందుగూడ వెనుకటివలెనే 15 లేక యిరువది నిముషములు తదేకదృష్టితో చూడ్కుల నిల్పుటకు యత్నింపుము.

నిశ్చలదృష్టి నభ్యాసముచేయదలచువా రుదయమునగాని సాయంకాలమునగాని తదేకదృష్టితో సూర్యునిజూచుచు గూడ నభ్యాసముసేయవలయును, సూర్యుఁడుమిక్కిలి తేజస్సుగలవా డగుటచే కొలది సెకనులలోననే కనురెప్పలు బరువెక్కును. కనులునీరుగారును అపుడు కనులు మూసివేయక కనురెప్పలను కొలదిగాపైకెత్తితివేని యొకటిరెండునిముషము

లలో కనులనుండి నీరుగారుటతగ్గును. తదుపరి సూర్యునివంక సులభముగా జూడగలుగుదువు.

## ఆకర్షణదృష్టి నభ్యసించుటకు వలయు నితర సాధనములు

ఆరోగ్యము—శరీరారోగ్యమును చక్కగా గాపాడు కొనవలయును. దేహారోగ్యముచెడినచిత్తమునకు శాంతియుం డదు. శాంతిమెఱుంగనిచిత్తము కట్టతెగినప్రవాహమువోలె పలువిధముల పరుగులెత్తును. ఈసందర్భమున నొక్కవిషయ మును గూడజెప్పవలసియున్నది. వీర్య రక్షణ మవశ్య కర్తవ్యము. ఒక్కబిందువు వీర్యము యెనుబదిబిందువులరక్త మునకు సమానము. కావున వీర్యము వృథావ్యయము చేయకుము.

స్నానము. ప్రతిదినమునను ఆకర్షణదృష్టినభ్యసించు టకు పూర్వము స్నానమాచరింపుము. ప్రవాహోదకమున స్నానమాచరించుట చాలమంచిది. ప్రవాహోదకమునస్నాన మాచరించునపుడు నీటివాలునకుయెదుట తిరిగి స్నానము చేయుము. అట్లుస్నానముచేసిన నీటితాకుడువలనశిరస్సునకు శరీరమునకు చల్లదనము చేకూరును. నూతులలో స్నానము చేయునపుడు నీటినిచేదతో నెత్తి శిరముపై పోసుకొనవలెను. అట్లుచేయుటవలన ప్రయోజనముండును కాని ఎక్కువకాలము స్నానము చేయవలసియుండును. చెంబుతోనీటినిముంచి పోసి

కొనుట వలన లాభము లేదు. నూరు నూటయేబది చెంబుల నీటిని పోసికొనిన నత్యల్పప్రయోజనకారిగా నుండును.

విచారము, భయము—ఆకర్షణ యుతమైన దృష్టిని సంపాదించుటకు నీవు యత్నించుచున్నపుడు నీ మనస్సునందు విచారమునకు తావీయకుము. యేదేని యొక కార్యమును సాధింపజాలనైతివనిగాని, సన్నిహితబంధువులు మరణించిరను విషయమునుగాని చిత్తమున వశింపనీయకుము. అట్టివిచారమువలన నిసుమంతయేని ప్రయోజనముండదు.

మృదుస్వరము—కంఠధ్వని మనోహరముగా నుండవలయును. నితరులు నీవు మాట్లాడుట వినవలయునని కుతూహలము జెందునట్లుగా నుండవలయును. మనము మధురముగా కూయు కోయిల పల్కులాలింతుముగాని కాకులరవము నాలకింప దలంపము గదా. కావున మృదువుగను మనోహరముగను మాటలాడుట అభ్యాసము గావించుకొనుము.

శరీరవస్త్రాదులు—దేహము పరిశుభ్రమైనదిగా నుండవలయును. చెమటకంపుతోడను దుర్వాసనతోడను యున్న యెడల నిన్నెల్లరును అసహ్యించుకొందురు. నీ చెంతకు రాదలచినవారుకూడ నీ చెంత కేగుట రోతగా నుండునని దరి జేరకుందురు కావున నీవు ప్రతిదినమునను స్నానము చేయునపుడు శరీరమును చక్కగా తోముకొనవలయును. వస్త్రములు చినిగినవి గాకుండగను, మాసినవి గాకుండగను యుండవలయును.

వస్త్రము లాడంబరముగానుండనక్కరలేదుగాని దుర్వాసన తోడను చూచుటకసహ్యకరముగ యుండరాదు. సదా శుచివై యుండవలయును. దేహము మిక్కిలిగా శుష్కించి యుండరాదు. చక్కనిశరీరసౌష్టవము గల్గియుండవలయును. అట్టివాఁడు సులభముగానితరులను తనవంక కాకర్షించు కొనఁగలఁడు.

## ఆకర్షణమగు దృష్టిచే వశీకర మొనరించుకొనుట

పైనవివరింపబడిన సాధనముల నభ్యసించినీదృష్టిని నిశ్చలముగా 15 లేక 20 నిముషముల కాల మొక్కస్థానమున నిలుపగలిగినపిమ్మట నీవు నీయాకర్షణయుతమైనదృష్టిచే నితరులను సులభముగా నీవంక కాకర్షించుకొని వశీకరణ మొనరించుకొనగలవు.

నీయాకర్షణయుతమగు దృష్టిని యనేకసార్లుపయోగింపకుము. తొలుత నొకరిద్దరిని నీవు నీవంక కాకర్షించుకొన జాలనైతినని అధైర్యపడవలదు. యితరులపై నీయాత్మదృష్టిని బరపి వారినినీవంక కాకర్షించుకొనినపిమ్మటనీదృష్టియందుగల యాకర్షణశక్తి యతిసున్నితమైనపిమ్మట తొలుత నీవెవ్వరిని నీదృష్టివలననాకర్షింపజాలనైతివో వారలపైప్రయోగింపుము. ఈసారి నీవు తప్పక జయమునుగాంచగలవు. వారు నీకు త్వరలో వశులౌదురు. ఒకసారి ప్రయోగించితిని, వారునాకు వశులుకాలేదు. ఇక వారిని లోబరచుకొనజాలను అని

నిస్పృహ జెందకుము. నిరుత్సాహపడినయెడల నీదృష్టియందు గల యాత్మశక్తి చాలవరకు నశించును.

నీవు నీతో మాటలాడుటకైన యిచ్ఛగింపని నీశత్రువును వశ్యమొనరించుకొనుటకు జేయవలసిన దేమని ప్రశ్నింతువు. నీవు నిశ్శబ్ద మగుచుందిరమున కూర్చుండి నీవు వశ్యమొనరించుకొన వలసిన యాతనిరూపమును నీయాత్మయందు చిత్రించుకొనుము. (ఇయ్యది మనస్సును నేకాగ్రతతో నుంపగలుగునపుడు త్వరలో సిద్ధించును) తదేకధ్యానముతో నీతనిని సునాయాసముగా వశీకరించుకొందును. ఈతఁడు నా దృష్టికిగల యద్భుతశక్తిని ప్రతిఘటింపజాలఁడు. యీతండు నాకు పరమమిత్రుడగును అనితలంచుచు కొన్ని నిముషములు గడపుము. అట్లుచేయుటవలన నీ చిత్తమున కేకాగ్రతలభించును. ఏకాగ్రతతో చేయునట్టి యత్నములు త్వరలో ఫలించుట కెక్కుడగు నవకాశముండును.

సమయ మొదవినపుఁ డాతని గలసికొనుము. కాని నీవాతనిని గలసికొనుటకు ఆత్రము జెందియున్నట్లు గాన్పింపరాదు. అట్లుగాన్పించితివేని ఆతనికి చులకనగుదువు. ఆతఁడు తారసిల్లినపుడు ఒకటిరెండు పర్యాయములునీవు ప్రసన్నములగు చూపులతో నతని దిలకింపుము. అట్టిసమయములలో నీవు నీమనస్సునందు ఈతడు నేనుతలంచినట్లుగా నాకు వశ్యుడగుచున్నాడు. ఈతనికి నాపై యనురాగ యుతమైనభక్తి నించుచున్నది. అనిభావించుచుండు మంతియేగాని నీవాత

నీతో మాటలాడుటకు మాత్రము యత్నింపకుము. ఇట్టిస్థితి యందాతఁడు నీతోమాటలాడుటకు యత్నించినను యత్నింప వచ్చును కాని యాతఁడింకను నీకు లోబడక యున్న యెడల నాలుగైదు దినముల పిమ్మట నెప్పుడైన నవకాశము లభించిన నాతనితో మాటాడ యత్నింపుము. నీ వాతనితో మాటలాడుటకు ఆత్రము వహించియున్నట్లాతనికి దెలియనీయకుము. నీవు మాటలాడుచున్నపుడు నీచూపులను ఆతని కనుబొమ్మల మధ్యనిల్పి దృష్టి చెదరనీయక దిలకించుచు-యీ యాతఁడు సులభముగా నాకు వశ్యుడగును. త్వరలో నాతో మాటలాడ గలఁడు నాశక్తికి సులభముగా వశ్యుడయ్యెనని తలంచు చుండుము. నీవు మాటలాడునపుడు మిక్కిలి శాంతముగను స్ఫుటముగను మాటలాడవలయును.

అతఁడప్పటికిని తిరస్కారభావమును గనబరచు నెడల నాతని మాటలాడుట కవకాశమీయక నీవే మాటలాడు చుండుము. మాటలాడునపుఁడు ఆతనిముఖమునుండి చూపులనెల్లప్పుడును మరలింపకుము. ఆతఁడు మాటలాడుటకు ప్రారంభించినపుడు నీచూపులను ఆతనిముఖముపైనుండి మెల్లన నితరావయవములపై ప్రసరింపజేయుము. మరియు నాతడు పల్కు మాటలను శాంతముతోడను ఓర్పుతోడను వినుచుండుము. ఆతడు పలుకుట చాలించినతోడనే పలుకుటకు సిద్ధముగా నుండుము. అట్లు నీవు సిద్ధముగా లేని యెడల ఆతనికి నీతో మాటలాడుట అసహ్యకరముగా దోచును ఆతనికి విసుగు

జనించి యచ్చటనుండి వెడలిపోవుటకు కూడ యత్నింప వచ్చును. మరియు అనవసరవిషయములను గూర్చి యాతనికి విసుగుజనించునట్లుగామాత్రము యెన్నడును మాటలాడకుము.

తిరుగ నీవు మాటలాడునప్పుడు అతని భ్రూమధ్యము నసే చూడ్కుల నిల్పియుంచుము. తొల్లిటివలెనే మాటలాడుము. ఇట్లు నీవొనరించిన నాతడు నీకు సులభముగా వశ్యుడగును. ఆ సమయమున నాతఁడు నీకు లోబడునట్లు గాన్పింపకున్నను కొలదిదినములలో నాతఁడు తన చిత్తవృత్తిని మార్చుకొని దనంతటదానే నీతో మాటలాడుటకు నీయాలోచన గైకొనుటకు నీకు దోడ్పడుటకు నీ సహాయమపేక్షించుటకు సంసిద్ధుఁడైయుండును.

ఆత్మశక్తి సహాయమున మనముచేయు కార్యములలో గొన్నిటిని గుర్తింపనే గుర్తింపము. ఒక పురుషుని గూర్చి మనము తలపోయుచుండగనే యాతఁడు వచ్చును. అపుడు మన మేమందుము. మాటలోననేవచ్చితివి. ఇపుడే నిన్నుగూర్చి తలపోయుచుంటిమని బల్కుదుము. మన తలంపే యాతనిని మనచెంతకు దోడ్కొని వచ్చినదిగాని మనమయ్యది గుర్తింపము.

---

శుభమస్తు

# వశీకరణతంత్రము

## అయిదవ ప్రకరణము

### ఆత్మశక్తిసహాయమున సాధింపగల కార్యములు

ఆత్మశక్తివలన సమస్తవ్యాధులను గుణముచేయవచ్చును, కాని కుష్ఠు, క్షయ, సుఖజాడ్యములు మున్నగునవి ఆత్మశక్తి వలన నెప్పటికిని గుదురవు. గడ్డలు, తలనొప్పి, వాపులు, నరములపోట్లు, బెణుకులు మొదలైనవి సులభముగా కుదర్చవచ్చును. మూర్ఛ, హిస్టీరియా, ఉన్మాదము మున్నగునవి చిరకాలాభ్యాసమునగాని నివారణముకావు

ఈ ప్రకరణమున గొన్ని వ్యాధులను నివారణసేయు ప్రక్రియలను బోధింతుము.

### రోగిని నిద్రపుచ్చుట

రోగిని నిద్రపుచ్చుటసామాన్యములగు కార్యములలో నొక్కటిగానున్నది. రోగినినిద్రపుచ్చుటకు అనేకవిధానములు

గలవు. వానిలో గొన్నిటినిందు వివరింతుము. నీవు నిద్రపుచ్చ దలంచినవానిని యొక ప్రదేశమున గూర్చుండబెట్టి యాతని కొకటి రెండుగజముల దూరమున నొక తెల్లని వస్తువునుంచి యావస్తువుపై దృష్టిని నిల్పియుంచ వలసినదని జెప్పి యాతం డట్లు దిలకించుచుండగా నీవు యీక్రింద నీయబడిన మంత్రమును పఠించుము.

"నీకు నిద్రవచ్చుచున్నది. నీవు నాయాత్మశక్తివలన త్వరలో నిద్రింపగలవు. నీవు నీ అవయవములను గదల్పజాలవు. హాయిగానిద్రించి మేల్కాంతువు. నేనుమాట్లాడెడు మాటలను వినుచునే నీవు నిద్రపోయెదవు."

నీ యందు సంపూర్ణముగు విశ్వాసము గలవాడైనచో నతిత్వరలో నిద్రించును.

## సాధనాంతరము

నీవొక చిన్నగంటను దీసికొని ప్రయోగించుచు నాశబ్దమును లెక్కించుచుండుమని రోగికిజెప్పి యాతండు గంటలను లెక్కించునపుడు నీవు ఆకర్షణదృష్టిచే నాతని నాకర్షించుకొని "నేను గంటలను వాయించుట మానివేయునంతకు నిద్రింతువు నీవు నాయాత్మశక్తి నతిక్రమింపజాలవు. నీకనులు మూతలుపడు చున్నవి. నీ యింద్రియములు స్వాధీనము దప్పినవి. ఒకటి రెండు నిముషములలో నిద్రింపగలవు" అను మంత్రమును జపించుచు పైకి—నీకు నిద్రవచ్చు చున్నది.

అదిగో కన్నులను మూయుచున్నావు. ఇక సుఖనిద్ర ననుభవింపుము. అనిపల్కుచు గంటను మధ్యమధ్య నెక్కుడు విరామము దీసికొనియు నెమ్మదిగను ప్రయోగించుచు మెల్లన ప్రయోగించుట తగ్గించి యటుపిమ్మట మానివేయునంత నాతఁడు నిద్రించును.

## మరియొక సాధనము

ఒక ప్రకాశమైనట్టిదియును మిగుల చిన్నదియైనట్టిదియును అగు దీపమువంక ఆతనిని తదేకదృష్టితో జూచుచుండవలసినదనిజెప్పి మెల్ల మెల్లగా దీపమును తగ్గించుచు నీమనస్సులో నీవుచూచుచున్న యీ దీపమును నేనార్పివేసిన తోడనే నీవు నిద్రింతువు నీకనురెప్పలు చాల బరువెక్కినవి. నీవింక నిదురింపకుండ నుండజాలవు. నీవు నాకు స్వాధీనుడవైతివి. నిన్ను నిద్రబోవలసినదని నేనుకోరుచున్నాను. అనినీమనస్సులో దలంచుచు నీవీదీపమువంక తదేకదృష్టితో జూచుచుండుము త్వరితముగా నీవు నిద్రింతువు సుఖనిద్ర గాంతువు అని పల్కుము.

నీవు దీపమును పూర్తిగా నార్పివేసిన వెంటనే యాతడు నిద్రింపగలఁడు.

## మరియొక సాధనము

ఒక సోడాబుడ్డిని గ్లాసు మంచినీటినిగాని తీసికొని యానీటిని యీ క్రిందిమంత్రముచే నభిమంత్రింపుము. ఈనీటి

యందు నాయాత్మశక్తిని ప్రవేశపెట్టియుంటిని. ఈనీటిని ఈరోగికి త్రావుట కొసంగుచుంటిని. దీని నాతడు త్రాగినతోడనే నిద్రించును. అని యభిమంత్రించి యాగ్లాసు నాతనికిజూపి యాతని భ్రూమధ్యమున చూపుడ్వ్రేలను నిల్పి ఓయీ! ఇందు నాత్మశక్తిని ప్రవేశపెట్టియుంటిని. ఈనీటిని నీవుత్రావిన తోడనే తప్పక నిద్రింతువు అని చెప్పుచు యాతనికా గ్లాసు నందిమ్ము ఆతఁడా నీటిని త్రావుచున్నపుడు తదేకదృష్టితో నాతని నాకర్షింపుము. ఆగ్లాసుడు నీటిని యాతడు త్రావిన వెంటనే నిద్రజెందును.

## మరియొక సాధనము

నీవు నీచేతియందున్న బెత్తమును రోగియొక్క నేత్రములకు సుమారైదంగుళములదూరమున నుంచులాగున జూపుచు నాతఁడు తదేకదృష్టితో నాబెత్తముయొక్కకొనను దిలకించుచుండునట్లు ఆజ్ఞాపింపుము. ఆతఁడట్లు చూచుచుండగా నీవు రోగినేత్రములమీద దృష్టిని నిల్పి యాతనిని నీవంక నాకర్షించుకొనుము. మరియు పైనజెప్పిన మంత్రమును నీవు చేయునట్టి పనుల కనుగుణ్యముగానూర్చి పఠించుచుండుము. ఆతఁడు త్వరలోననే నిద్రించును.

బెణుకునొప్పులు—బెణుకునొప్పులు లేక యిఱుకునొప్పులు అని పిలువబడునొప్పులకుమంత్రము వేయించినయవి తగ్గిపోవునని మనలో చాలమంది విశ్వసించుచున్నారు. నొప్పి

గల్గినవాఁడు మంత్రము వేయువానిని వెతకి కొనిపోవుచున్నాఁడు. వానిచే రెండుమూఁడుసార్లు మంత్రము వేయింప నొప్పి శాంతించును. నొప్పిగల్గినవాఁడు మాంత్రికునికడ కేలపోవుచున్నాఁడు? మంత్రగానియెడ నాతనికిగల సంపూర్ణవిశ్వాసమే బాధితుని మాంత్రికునియొద్ద కాతనిగొనిపోవుచున్నది. అట్టి విశ్వాసముతో పోవుచున్నరోగికి ఒకమిత్రుఁడుగాన్పించి "ఓయీ! నీవూరక శ్రమపడుచున్నావు. మంత్రబలమున నరములనొప్పి తగ్గునా? నేను వెనుక నీమాంత్రికునిచే పదునైదుదినములు మంత్రము వేయించితిని సుంతయు గుణముగనుపడలేదు అంతతో ప్రాణమువిసిగి యాతనిచెంత కేగుట మానివైచితిని." అనిచెప్పిన రోగికి మాంత్రికునియెడగలవిశ్వాసము నశించును. విశ్వాసము నశించినపిమ్మట నాతఁడెన్నిదినములు చికిత్సనొందినను బాధా నివారణము గాదు. పైగా నీమనస్సునం దవిశ్వాసము జనించుటచే అయ్యో! కాలమును మంత్రములకని తంత్రములకని యూరక వ్యర్థముచేయుచున్నాను. సాధారణప్రక్రియలతో నీవరకు యీబాధతప్పియుండును. గాని యీమాంత్రికుని చెంత కేగినప్పటినుండియు గుణముగాన్పించుటయే లేదను తలంపులుగలుగును. అట్టితలంపు లెప్పుడు నీమనస్సున గల్గెనో యప్పుడు నీబాధలు నశించుటకుమారు వృద్ధి బొందును.

వెనుకనొప్పులకు వేయుమంత్ర మెట్టిది? అయ్యది ప్రయోగించు విధమెయ్యది? అను విషయమును గూర్చి యొకింత దెలిసికొందము. కొందరు నొప్పిగల భాగముపై నేయిగాని, కొబ్బరినూనెగాని, యాముదమునుగాని రాచి యాభాగమును దమచేతివ్రేళ్ళతో నేర్పున నొప్పిని సరిజేయుటకు తోముదురు. ఇట్లు దినమునకు రెండుసార్లు చేయుదురు. ఇందలియర్థ మేమి? చమురుపదార్థము నరములలోనికి యింకునట్లుజేయుట. కీళ్ళ సంధులయందుండవలసిన చమురుపదార్థము లోటుపడియున్న నాపదార్థమును పూరించుటకై చమురువ్రాయబడుచున్నది.

తోముటవలన నొకవిధమైన విద్యుచ్ఛక్తి యుత్పత్తియై బాధను నివారణసేయుచు మరికొందరు తాళము చెవులతోడనో బాకుతోడనో లేక మరేయితరవిధమైన లోహసంబంధమైనవానితోడనో నొప్పిగల భాగముయొక్క పైనుండి క్రిందకురాయుచుందురు.

మనుజుని యందు సహజముగా విద్యుచ్ఛక్తిగలదు. ఒక్కమానవునియందే కాక సమస్తజంతువులయందును విద్యుచ్ఛక్తిగలదు. మానవుఁడు జ్ఞానాధికుడగుటచే దనయందలి విద్యుచ్ఛక్తిని పెంపొందించుకొనవలయును. కావుననే మన పూర్వులు భూమిపై చాపయో తివాచియో (విద్యుచ్ఛక్తి నాటంకపరచునవి) యాస్తరణముగా నుపయోగింపవలసిన దనియు అట్లుకాని పక్షమున మనయందలి విద్యుచ్ఛక్తి

భూమిపై కూర్చుండిన మాత్రమున నశించుననియు పేర్కొని యున్నారు.

మాంత్రికుఁడు తనయందలివిద్యుచ్ఛక్తిని నీకునొప్పిగల భాగముపై ప్రసరింపజేయుచున్నాడు. అందుచేత నేవిద్యుచ్ఛక్తిని స్థలాంతరములకు గొనిపోవుటకుఁదగిన (గుడ్ కండక్టర్) లోహపుముక్కలను గైకొని నొప్పిగలభాగముపై రాయుచున్నాడు.

మరికొందరు బాధగలమనుష్యుని తాకకుండగనే మంత్రము వేయుచున్నారు. అట్లు మంత్రించుట యాత్మశక్తి ప్రకటనముగా నెఱుఁగవలసియున్నది.

నొప్పితోనున్నవాఁడు నొప్పి యున్నభాగమును జూపగనే యాభాగముపై చూడ్కులనునిల్పి చెదరనీయక నీకుగల బాధ నివారణ చేయుచున్నాను. నీనరములకు తగినబలము చేకూరుచున్నది. నాయాత్మశక్తివలన నేను తాకకుండగనే నేను నీబాధలను నివారింపగలుగుచున్నాను అని తలంచుచుండుము. అందువలన నీయం దాతనికి సంపూర్ణమగు విశ్వాసమున్నయెడల యాతనిబాధ లతిత్వరితముగానశించును.

## పిశాచములు—దయ్యములు

లోకమున నీకాలమున భూతవైద్యులు ప్రబలియున్నారు. భూతవైద్యులెట్లు ప్రబలియున్నారో యట్లే పిశాచములచేతను, దయ్యములచేతను పీడింపబడువారుగూడ నెక్కు

డగుచున్నారు. ఈ భూతవైద్యులు స్వార్థపరాయణులై దమ పొట్టనింపుకొనుటకై నెవ్వనికైన నించుక జ్వరమువచ్చిన దయ్యాది తప్పక భూతావేశమనియు. తగిన చికిత్స చేయకున్న నత్యల్పకాలములో నయ్యది యసాధ్యమగుననియు పలుకుచుందురు. మూఢులగు లోకులు వారిపల్కులను విశ్వసించి రోగికివచ్చిన జ్వరమునకు భూతావేశమే కారణమై యుండునని భావించి యాభూతవైద్యునే బ్రతిమాలి చికిత్స చేయించుచుందురు.

కొందరు భూతవైద్యము పేరుపెట్టుకొని యనేకములైనఘోరకార్యము లొనరించుచున్నారు. కొందరు భూతవైద్యులు స్త్రీలకు భూతవైద్యముచేయు మిషపై యేకాంతమందిరమునకు గొనిపోయి వారలకు మానభంగము గావించుచుందురు. అట్టిసమయములం దాయింటనున్నవారు భూతవైద్యునకు వెరచియో ఆతడు ప్రయోగముచేయునని భీతిల్లియో వానినేమియు ననజాలకుందురు. దుశ్శీలలగు మానినులు కొందరు సంభోగసంతృప్తి నందజాలక పిశాచావేశులైనట్లు నటించి తనకు భూతవైద్యము చేయనరుదెంచిన భూతవైద్యునితో కాముకకేళి దేలియాడుచు సంతసించుచుందురు.

పిశాచములును దయ్యములును భ్రమాకల్పితములే గాని నిక్కములుగావు. భ్రమాకల్పితములగు నీవ్యాధులు నివారణమగుటకు చిత్తస్థైర్యము చేకూర్పదగిన చికిత్సల గావింపవలయును.

## ఆత్మశక్తిచే పిశాచావేశులను చక్కజేయుపెట్లు ?

పిశాచావేశులగువారు శరీరసంబంధములగు వ్యాధులకుగూడ లోనైయుందురు. పైత్యాధిక్యము గల్గియుందురు. కావున భూతవైద్యమును ప్రారంభించుటకు మున్నగనీవు శరీరసంబంధమైన వ్యాధియగు పైత్యాధిక్యతకు చికిత్సజేయవలసియుండును. ఇట్టిపైత్యము నణగించుటకునీవువిశేషముగా శ్రమజెందవలసిన పనిలేదు. సాత్వికాహారము నొసంగుచు పండ్లరసములను ద్రావించుచుండవలయును పైత్యశాంతికరములగు నిమ్మపండ్ల యొక్క రసమును (దినమునకొకపండురసము) నీయవచ్చును. శరీరమునకును శిరస్సునకును చలువజేయుటకై అనుదినమునను చన్నీటస్నానము చేయించుము మరియు నిక్కాకను పైత్యమును అణగించుటకు దినమునకు నాలుగైదు సారులు మంత్రించి యొసంగిన మిరియములు నమలునట్లు గావింపుము.

పిశాచావేశులలో గొందరు కనబడినవారినెల్ల దిట్టుట కొట్టుట మున్నగు కార్యములాచరించుచుందురు. మరికొందరు సాత్వికముగానుందురు. నీవు భూతవైద్యము చేయబోవుటకు ముందు పిశాచావేశలక్షణము లేవో మున్నగా నెటెంగితిట్టుట కొట్టుట మొదలైనలక్షణములున్న యెడల నీవు మిక్కిలి జాగరూకతతోనుండవలయును. నీవేమాత్ర మజాగ్రతతోనున్నను

నీకవమానముగలుగుట నిక్కవము. పిశాచావేశునిచే గొట్టబడినను పిశాచావేశునకు భయపడి వెనుకంజవేసినను నీవు నీ కార్యమునం దెన్నటికిని సఫలతగాంచజాలవు. కావున నీవు పిశాచావేశునిచూచినతోడనే మహాట్టహాసము గావించుచు నాతడు నిన్నుజూచి వెరగుపడునట్లు చేయవలయును. తొలు దొల్త నీయెడ బెదరుచున్నట్లున్నను కొందరు అవకాశము లభించినంతనే విజృంభించుటకు వెనుదీయరు. అట్టి సమయములందు నీవు వెరువక అట్టహాసముచేయుచు. యింక నీగంతులు మానుము; హనుమంతునిముందా నీ కుప్పిగంతులు; చాలింపుము. ఇంతకు వేయి రెట్లు గోలచేయువారి నిల్లి లొంగదీసియుంటిని నీవును నీ యార్భాటములును లెక్కలోనివిగావు; తలంచిన నిన్నిపుడే సునాయాసముగ దగినట్లు శిక్షింపగలను, అని బల్కుచు పిశాచావేశున కవకాశ మొసంగకుండ మాటలాడు చుండును.

లోకమున భూతవైద్యముపై నమ్మకము హెచ్చయినది. నీయాత్మశక్తితో పిశాచావేశులకు చికిత్సచేయుగలవు కాని అట్లాచరించినయెడల లోకులకు నీయందు నమ్మకము కుదురుట కష్టము. కావున భూతవైద్యులమనియు, పిశాచముల త్రుటిలో పారదోలుదుమనియును జెప్పుకొనువారు సేయుపనులలో గొన్నిటిని నీవుకూడ జేయవలసి యుండును.

ఇంటియందలి వారలకు నీయందు నమ్మకము కలుగుటకై రోగియెదుటనుగూడ "ఇదియొక గొప్ప కేసుగాదు;

నా యనుభవములో నింతటి చిన్న కేసును ఈ వరకు నేను గుదిర్చియుండలేదు. బ్రహ్మరాక్షసుఁడు పట్టుకొని రెండు సంవత్సరములపాటు వేధించుకొని తినిన ఒక కాపు బిడ్డకు వైద్యముచేసియుంటిని. అన్నట్లు చెప్పమరచితిని; ఆయింటి వారు లెక్కలేనంతమందిచే వైద్యము చేయించిరి. ఎంద రెందరో భూతవైద్యులచే హోమాదికముల జేయించిరి. కాని సుంతయు ప్రయోజనము కనుబడకపోవుటచే నిరాశ చేసికొనిరి. అట్టిస్థితిలో నాల్గుదినములలో గుణముగుపడునట్లు చేసి వారముదినములలో సంపూర్ణారోగ్యమును చేకూర్చి తిని'' అనుచు కథారూపముగా నున్నవి రెండును, లేనివి రెండును కల్పించి యనుదినమును జెప్పుచుండవలెను.

ఇట్లు చెప్పుటవలన రోగికిని, యింటియుండలి వారికిని గూడ నీయెడ సంపూర్ణమగు విశ్వాసముగల్గి నీవు రోగికి త్వరలో నారోగ్యము చేకూర్తువని నమ్మియుందురు. మరియు అనుదినమును నీవు రోగిచెంత కేగుటకుమున్నుగ స్నానము చేసి మనస్సునకు విశ్రాంతిగలుగునట్లుగా ప్రాణాయామము గావించి స్థిరచిత్తముతో ఆత్మశక్తిని ప్రేరేపణ గావించుకొన వలయును. ''ఈరోగి నాయందు సంపూర్ణమగు విశ్వాసము చేకూరినది. క్రమ క్రమముగా రోగిచిహ్నములు తగ్గు చున్నవి. నన్నుజూచిన తోడనే పిశాచ మెవ్వనికో పట్టినట్లు వర్తించుచున్నది. ఈ రోగికి రెండుమూడు దినములలో సంపూర్ణారోగ్యమును కలిగింప గలను'' అను మంత్రమును జపింపవలయును.

మంత్రములు—మంత్రములనగా నేమోకలదని తలంపకుము. నీమనస్సును యేవిషయముపై కేంద్రీకరింపదలంచితివో యావిషయముపై మనస్సు నిలుకడగానుండునట్లు నీతలపోయువాక్యములే మంత్రములు. మనపూర్వులు మంత్రములను వేలకొలదిసార్లు జపముసేయవలసినదిగా నేర్పరచియున్నారు. ఏలనన కొన్నిసార్లు జపముచేసిన—చేసిన కొలదిసమయములో మనస్సునిలుకడ లేకపోవచ్చును. మనస్సునిలుకడమాట దలంపక చేసినజపము వ్యర్థమగును. అనేకవేలసార్లు జపముగావించి అధమము కొన్నిసార్లైనను స్థిరచిత్తముతో జపముచేసిన వాడవగుదువు.

మనస్సునకు మంత్రమునకును సంబంధముగలదు. కావుననే మనసులోగొందరు ఏమో మనస్సుకీడు నేశంకించుచున్నదని వచింతురు. అట్లుపల్కుచు నేకార్యమైన జేయ యత్నించిన యెడల నా కార్యముఫలింపకుండును. మనోజయంతె మాండవ్యమని మనవారు బల్కుచుందురు. మనస్సును మనము జయించితిమేని మన కార్యమునైనను జేయగలము. మనోజయమును చేకూర్చుటకే మంత్రములు నిర్దేశింపబడివి. మంత్రములన్నియు సంస్కృతమున నుండుటచే చాలమందికి వానియర్థముదెలియదు. అర్థముదెలియని నామంత్రముయొక్క బలము తగ్గుటకు కారణమగును. కావున అర్థము తెలియనివానిని బట్టుకొని నందువలన ప్రయోజనముండదు. కావున నీకేవిషయికములగు మంత్రము కావలయునో అద్దానిని నీవేకూర్చుకొనుము కాని నీమం

త్రము రోగియొక్క లక్షణములనుబట్టి ఒక్కొక్కయెడ మార్చుకొనవలసి యుండును.

నీవు రోగిని సమీపించినపిమ్మట నాతనిని స్నానము చేయింపుము. స్నానమునుగూర్చి వెనుకటి ప్రకరణములలో జెప్పియున్న విషయములను గమనింపవలసియుండును. అట్లుచేయుటచే రోగియొక్క మనస్సునకు చల్లదనము గల్గియుండును. మరియు. నీటియందుగలవిద్యుచ్ఛక్తి రోగియొక్క మెదడులో ప్రవేశించుట కనువుగా నుండును.

అటుపిమ్మట రోగికి ఉల్లాసముగలుగుటకై మంచి వస్త్రములగట్టింపుము. అనంతరము భూతవైద్య మనుకరింపవలసియున్నది. వివిధరంగులతో వింతవింతలుగా ముగ్గులుపెట్టుము. ఆముగ్గుల నడుమనొక పీటనువేసి యాపీటపై నీయిష్టదేవుని పటమునుబెట్టి వివిధోపచారములచే పూజగావింపుము. నీవు పూజసేయునపుడు యెడనెడ యవకాశము లభించునపుడెల్ల భూతోచ్చాటన మంత్రములను జదువుచు మృదుస్వరమున రోగితో నిన్నావేశించిన పిశాచమునాకు వశమైనది. నేనద్దానిని నిన్నువదలి పోవలసినదని యాజ్ఞాపించుచున్నాను. నిన్నువదలి పోవుచున్నది. అనివిశ్వాసము కలుగునట్లుగా వచింపుము. అవసరమునుబట్టి సాంబ్రాణి, అగరువత్తులు, కర్పూరము మున్నగునవి వెలిగించుచుండుము. మంచి సువాసనగలిగినట్టివియు మనోహరములైనట్టివియు నగునట్టి పుష్పములను పూజాపీఠము నుండి యెత్తి యీపుష్పములను ధరించుటచే నీవు పిశాచము

యొక్క బారినుండి విడిపింపబడుదువు. మంచియారోగ్యమును పొందగలవు. ఇకను భూతములుగాని పిశాచములుగాని నిన్నావేశింపవు. అని పల్కుచు పుష్పముల నామెచేతి కిచ్చి ధరింప జేయుము.

రోగియందు గనబడు లక్షణముల ననుసరించి నీవు నీ మంత్రములనుగూడ సమయానుకూలముగా మార్చుచుండుము. కొందరు భూతవైద్యులు హింసాకృత్యముల జేయుటకు వెనుదీయక పూజసమయములందు జంతువులను కోళ్ళను బలియొసంగు చుందురు. కాని నీవట్టిపని చేయనక్కరయుండదు. నీవు నీ యాత్మశక్తి సహాయమున నీవెట్టి పిశాచములనైనను సునాయాసముగా పారదోలగలవు. సమయమునుబట్టి నూతనములగు చికిత్సలను గూడ చేయుటకు నీవు సంసిద్ధుడవై యుండవలయును.

శుభమస్తు.

# వశీకరణతంత్రము

## ఆరవ ప్రకరణము

### దూరదేశస్థులతో మాట్లాడుట

ఆత్మశక్తి మూలమున నీవుచేయరాని నీవుచేయలేనట్టి కార్యములు లేవు. నీవున్నస్థలముననేయుండి దూరదేశములందున్న నీ మిత్రునియొక్క క్షేమసమాచారములను నీవు తెలిసికొనవచ్చును. ఆతఁడు నీకుత్తరము వ్రాయునట్లుగా జేయవచ్చును. ఆతఁడు నీచెంత కరుదెంచునట్లుగావింపగలవు ఆతడేమి చేయుచున్నదియు గనుగొనగలవు.

కొందరు ముఖలక్షణమునుబట్టి మనోగతమును గుర్తెఱుంగుచుందురు. మఱికొందరు నేత్రములతో మాటలాడుకొందురు. కాని నీవు నీ యాత్మశక్తివలన నీవు మాటలాడదలచిన వానిని చూడనక్కరలేకుండగను సంభాషింపగలవు. నీ మిత్రుని చూడకుండగనే యాతడేమిచేయుచుండునో దెలుపగలవు. ఆత్మశక్తి అద్వితీయమైనది ఇంతటి మహాత్మ్యమిందు గలదని వక్కాణించుటకైన నలవిగానిది.

ఒక మందిరమందున్న మిత్రులు మాటలాడకుండ నితరుల భావములు గ్రహించుట కష్టము. అట్టియెడ దూర దేశము అందుగాని నీకంటికి కనుపడని స్థలములందుగానియున్న నీ మిత్రునితో సంభాషించుట యెంతకష్టమో యాలోచింపుము అట్టిమానసిక సంభాషణము సలుపుటకు నీయందుగలయాత్మ శక్తి యతి సునిశితమైనదై యుండవలయును.

దూరస్థుఁడగు మిత్రునియొద్దనుండియుత్తరము దెప్పించుట, నీమిత్రుఁడొకడు దూర దేశమునందున్నాడు. అతని యొద్దనుండి నీకు నుత్తరములు వచ్చువాడుకయే లేదు. అట్టి మిత్రుని యొద్దనుండి నీవు నీయాత్మశక్తిచే యుత్తరమును దెప్పింపవచ్చును. అందులకు సాధనమేది ?

నీవు నిశ్శబ్దమైన గదియందు కూర్చుండుము మనస్సును నిలకడగా నుంచుకొనుము, పిమ్మట నీమిత్రునిరూపమును మనోనేత్రములయెదుట నిలుపుకొనుము ఆసమయమునందు నీమనోనేత్రములకు గోచరించిన మిత్రునిరూపమున భ్రూమధ్యమున నీమనోనేత్రములతోఁ జూచుచుండుము. అపుఁడు నీవీమంత్రమును జపించుచుండుము.

“ఇపుడు నామిత్రుడు నాకు గాన్పించుచున్నాఁడు ఆతఁడునన్నుదలచుచునేయుండును. నాయాత్మశక్తిచేనాతనిని నేనాకర్షించుచున్నాను, నేడాతఁడు నాకొకయుత్తరము వ్రాయును. నాకుత్తరము వ్రాయకుండ నాతడొక్కనిమిషమైన నుండజాలడు,”

ఈమంత్రమును జపముచేసికొనుచుండుము. తీవ్రమగు నాత్మశక్తిని వినియోగించి యొకటిరెండుదినములిట్లు గావింపుము నీయాత్మశక్తి నీమిత్రుని ప్రోత్సాహపరచి యాతనిచే నీకొక యుత్తరము వ్రాయించును. నాలుగైదుదినములలో నీకాయుత్తరము చేరగలదు.

ఒకటిరెండుసార్లు నీవు ప్రయత్నమున సత్ఫలము నందజాలకున్న యెడల నిస్పృహజెందవలదు పలువురియెడల నిట్లు గావించిచూడుము. తప్పక నీవు జయమునందగలవు. ఒక్కనియొద్దనుండి పలుమారులుత్తరము రాయవలయుననుదలంచుటంత మంచిదిగాదు.

## ఆత్మశక్తి—లోకోపకారము

ఆత్మశక్తివలన లోకమున కుపకారము చేయవచ్చును. అని గతప్రకరణములందు జెప్పబడియుండెను. మరియు మార్కండేయుడు, ప్రహ్లాదుడుమున్నగుపురాణపురుషులును, శంకరాచార్యులు, రామానుజులు, మధ్వాచార్యులు మున్నగుఆధునికులలో ప్రాచీనులగువారలును, వర్తమానముననున్న గాంధిమున్నగుమహాత్ములును లోకమున కెట్లుపకరించిరో కూడ సంగ్రహముగా వ్రాసియుంటిమి.

ఇచ్చట ప్రజానురాగమునుబడసి లోకమున కుపకార మాచరించు టెట్లని విమర్శింతము.

లోకమున సాధువులుమాత్రమే లేరు. కుత్సితస్వభావు లును. మత్సరగ్రస్థులును, దుష్టులును దురాచారులును గలరు. కొందరు దురాచారులు "యింటరంభలవంటి యింతు లుండగ" సాంకొంపలబడి భార్యలకుదీరని వలవంత చేకూర్చు చున్నారు. అట్టి దంపతులకు నైకమత్యము గల్గించుట పరోప కారమగును.

తొలుత నీవు నీయందుగల ఆత్మశక్తిచే ముఖ్యం దుగా పురుషుని వశీకరించుకొని యాతఁడు నీ చెప్పు చేతి లలో మెలంగునట్లు చేయుము. తదుపరి యాతనికి వేశ్యపై రోతజనించు నట్లుగా నామెయందలి యవగుణములను గోరం తలు కొండంతలుగా వర్ణించి చెప్పుము. వీలైనయెడల ప్రత్యక్షముగా జూపుము. అందువలన నాతడు భార్యతో నుండుటకు సమ్మతించును.

నీవు నీయందుగల ఆత్మశక్తిని స్వార్థమునకుగాని ద్రవ్యార్జనకుగాని పరస్త్రీల వశీకరించుకొనుటకుగాని కుత్సిత మార్గము లందుగాని వినియోగింపకుము. అట్లుచేసితివేని నీ యాత్మశక్తి నశించును. దొంగతనమును రంకుతనమును దాగబోదనుట విశ్వసింపుము. నీవు జారుడవనియు, దుష్టుడ వనియు దెలిసినయెడల జనులలో నీకెట్టి గౌరవము యిదివరకు గలదో యది తప్పక నశింపగలదు. జనులకు నీయందు రోత జనించును ప్రజానురాగము పోయినతోడనే ప్రజలకు నీ యందు నమ్మకముండదు. అట్టియెడ నీవెంత యాత్మశక్తిని ప్రయోగించినను యేకార్యమును జేయజాలవు కావున నీవు

ఆత్మశక్తిని పరోపకారమునకును, ప్రజలకు సన్మార్గమును బోధించుటకు వినియోగింపుము ఎవ్వరైన నీ యాత్మశక్తి ప్రకటనములను గాంచి సంతసించి గొప్పగా బహూకరించిన నా ధనమును నీస్వార్థమున కుపయోగింపకుము. పరోపకారమునకై వినియోగించిన నీయందు ప్రజలకు అత్యంతాదరము కలుగును. మరియు నీవు తినుటకు తిండిలేని బీదలకు భుక్తికల్గించిన వాడవగుదువు.

ఈ విషయమున నిక నొక్క విషయమును గూడ జ్ఞప్తియందుంచుకొనుము. గాంధిమహాత్ముడు హరిజనోద్ధారణార్థము ద్రవ్యార్జనకు యత్నించునపుడు - స్వరాజ్యపక్షువాదు లేగాక గాంధిగారిని ద్వేషించువారలుగూడ కొందరు ద్రవ్యముకొసంగి యుండిరి. పవిత్రోద్యమమునకు తోడ్పడువార లనేకులుందురను మాట నెన్నడును మరువకుము.

నీ యాత్మశక్తి వలనను ప్రవర్తనమువలను పెక్కుదు జనముల నాకర్షించి నీకవకాశము గల్గినపుడెల్ల వారలకు మహాభారతము రామాయణము మున్నగు సద్గ్రంథముల జదివి వినిపింపుము. సన్మార్గమును బోధించుము అందువలన జనులకు నీపై భక్తియు గౌరవమును పెంపొందును.

కొన్నిగ్రామములందు నొకరిద్దరుధనికులు చేరి బీదసాదలను పీడించుకొనితిని తమయైశ్వర్యమును పెంపొందించుకొని కన్నుమిన్నుగానక వర్తించుచుందురు. ఆగ్రామమున వారాడిన దాటయు పాడినది పాటయుగానుండును. అట్టివారలను

నీవు నీయాత్మశక్తిచే యాకర్షించుకొని వారియందుగల దుర్గుణములను పారద్రోలుము. ఆ కారణమున లోకోపకారమాచరించినట్లగును.

కొందరు లోభులు తమజీవితకాలములందు తినక కట్టుకొనక వడ్డీలకు వడ్డీలచొప్పున ధనమును బెంచి యెవ్వరైన హరింతురేమోయను భయంబున ద్రవ్యమును భూస్థాపితము గావించి తమ మరణసమయమున ధనమును దాచిన స్థలమును గూర్చి తెలుపక మరణింతురు అట్టిలోభులు పాతియుంచిన ద్రవ్యమట్లేయుండును. చాలాకాలము గతించిన పిమ్మట నీయింట నొక లోభివాడుండెనువాడు ఆతడు గూర్చిన ద్రవ్యమింతంతని వచింపరానిది. ఆతని తరువాత యాధనమున్న స్థలమును కనుగొనజాలరైరి. ఆతడా యింటనే ద్రవ్యమును పూడ్చియుండెనను వదంతి బయలుదేరును.

నీవట్టి వదంతి వినుటతటస్థించినయెడల సులభముగానీవాద్రవ్యమును చేకొనగలవు. జనులాడునాటలనుబట్టియొక యింట పడకగదియందు ధనమున్నదని నీవు దెలిసినదనుకొనుము. నీవు చేయవలసినదేమనగా, ననుదినమునునీవా ప్రదేశమునకేగి యేకాంతముగను నిశ్శబ్దముగనుయున్న సమయమునందు ననువుగానా స్థలముపై నీచూపులనునిల్పి నీయాత్మ శక్తిని విజృంభింపజేసి యీ క్రింది మంత్రమును పఠింపుము.

"ఈ ప్రదేశమునధనమున్నది. ఆధనమునునాకొరకై యెవ్వరో యిక్కడదాచిపెట్టినాడు. ఆద్రవ్యమునాకు సులభ

ముగా చేజిక్కును. నాకుదక్క యితరులకా ధనమెప్పుడును లభింపదు'' అని తి దేకధ్యానముతో నిశ్చలదృష్టితో ధ్యానింపుము. ఇట్లు కొన్నిదినములు గావించితివేని నీవు సాధింప నెంచిన కార్యము సులభముగా సాధించితివనియే తలంపుము.

ఒక శుభదినమున నీవు ప్రాణాయామము మున్నగునవి గావించి పరిశుద్ధుడవై ధనమున్న ప్రదేశమునకేగి తీవ్రశక్తిని బరపి, ''యీధనము నాకు లభించుచున్నది ఈ ధనమును నేను సత్కార్యాచరణమునకు వినియోగించెదను నేడే యీ ధనమును భూమినుండి తీసెదను. ఇందులకు పరమేశ్వరుడు నాకుదోడ్పడును గాక'' యని మంత్రమును జపించి పిమ్మట యాప్రదేశమును, త్రవ్వితివేని నీకు ధనము లభింపగలదు.

## దివ్యదృష్టి నొసంగుట

ఆత్మశక్తిచే నొకనికి దివ్యదృష్టినొసంగి యాతనిచే దూర దేశములందుగాని దూరప్రదేశములందుగాని జరుగుపనులను నీవు చెప్పింపవచ్చును మొదట నభ్యాసము లేకపోవుటచే దూరప్రదేశమున జరిగెడి కార్యములనుజెప్పించు టసాధ్యము గనుక మున్ముందుగా సమీపమున నే యున్నవానిని జెప్పించుట యభ్యాసపరపుము''

ఒక యువకుని మున్ముందుగానీయాత్మశక్తిప్రభావమున వశ్యునిగా గావించుకొని,నిద్రామైకముగల్గింపుము,అటుపిమ్మట

నీ క్రింది మంత్రమును జపించుచు నాతనికి దివ్యదృష్టి గోసం గుము. "నీవు నాకు సంపూర్ణముగా వశ్యుడవై యుంటివి. నా యాత్మశక్తి ప్రభావమున నీవు నిద్రించుచుంటివి. అయి నను యీ ప్రదేశమున కవ్వలిగదిలో జరుగుచున్న సంగ తులు నీవు యిచ్చటనుండియే తిలకింపగలవు నీవు చూచిన దెల్ల మాకు జెప్పుచుందువు. నేనట్లాజ్ఞాపించిన నీవు అట్లు జేయగలవు."

ఇట్లాతనికి దివ్యదృష్టినొసంగి యవ్వలిగదిలో నేమి జరుగుచున్నదో జెప్పింపవచ్చును. అచ్చట నెవ్వరేని కూర్చుండి మాటలాడుకొనుచున్న యెడల నీతనిచే వారు చెప్పుకొను పలుకులను జెప్పింపగలవు కాని అక్కడ నేమి జరుగగలదో మున్ముందుగా నాతనికి కొలదిగా సూచింప వలయు —

అదిగో అదిగో నెవ్వరో మాటలాడుచున్నారు. వారిలో నెవ్వరెవ్వరేపల్కులను బల్కియుండిరో మాకు తెలియజేయుము అని సూచింపవలయును. నీవెట్లాజ్ఞాపించిన నట్లే యాతడు జెప్పగలడు.

## స్త్రీ జ న వ శీ క ర ణ ము

ప్రేమయను రెండక్షరముల లోకమంతయు నిండి యున్నది. మానవులు ఒకరినొకరు ప్రేమింపక నిలువలేరు. ప్రేమాశూన్య హృదయములుండజాలవనియే వచింపవచ్చును. దాంపత్యము ప్రేమానుబంధసంయుతమై యుంటకు వారి

యభ్యుదయమునకు కారణమైయున్నది. ప్రేమమూలకము లైన పరిణయములు ఆనందదాయకములై దంపతుల సౌఖ్యములకు కారణభూతములై యుండును.

అవివాహితలగు కన్యలలో రూపగుణస్వభావాదులు గల నీమదికెక్కిన కన్యకామణిని నీవు ప్రేమింపవచ్చును. ఆమెను నీవు పరిణయము జేసికొనవచ్చును కాని కారణాంతరములచే నామె పరునకు వివాహముగావింపబడిన నీవింక నామెను ప్రేమింపరాదు. అపుడామె పరస్త్రీయగును. పరకాంతాసంగమ మతిదూష్యము అనర్థదాయకము. పరకాంతాసంగమాపేక్షగలవారి చిత్తమెల్లపుడాకులతజెంది యాలోచనా పరంపరల దేలుచుండుటచే శాంతి యెఱుంగకుండును. ఆత్మశక్తిని విజృంభింపజేయుట కవశ్యము గావలసినది చిత్తమునకు దగిన నిలుకడ, విశ్రాంతి. మనస్సు నిలుకడజెందకున్న నాత్మశక్తిని సిద్ధింపజేసికొను టసాధ్యము కావున ఆత్మశక్తి సముపార్జనమునకు యత్నించు నీవెప్పుడును దుచ్ఛసుఖముల కాసించి మోహమునఁ బరకాంతల నాశింపకుము, నీవాత్మశక్తి నీవర కలవరచుకొని యుంటివేని నీవు ఆత్మశక్తిచే నే కన్యకను నీవు ప్రేమించియుంటివో యాకన్యక నిన్ను ప్రేమించునట్లును, ఆ కన్యక తల్లిదండ్రులు నీకాకన్యనొసంగి పరిణయము గావించునట్లు నీవు వారిని నీవంక కాకర్షించుకొనగలవు.

నీవు ప్రేమించిన కన్యయొక్క ప్రేమను సంపాదించుటకై నీవోరిమితో వేచియుండవలెను. నీవు ప్రేమకుదగిన

ప్రతిఫలమును త్వరలో బడయ లేదని నిస్పృహావహింపకుము. తొందర జెందకుము. నీవు త్వరపడుటవలన కార్యము భంగమగునేగాని సానుకూలముగాజాలదు. కావున నీవు ప్రేమించిన కన్యకను నీవు ప్రేమపూరితము లగు చూడ్కులతో చూచుచుండుము. నీయాత్మశక్తి ప్రభావమున నీవేయేఘన కార్యములాచరించియుంటివో యామెకు దెలియజేయుము. కాని త్వరపడి నీవామెను సమీపించి మాటలాడుటకు యత్నింపకుము. సహజభీరువులగు నబలలు పురుషులు చెంతజేరి మాటలాడుచుండుటగౌరవముగా భావింతురు లేక బిడియపడి నీకెట్టి ప్రత్యుత్తరమును జెప్పకుందురు.

నీవు ప్రేమించినకన్యయొక్క ప్రేమమును బడయుటకు నీవు ఆమెకుల్లాసముగలుగునట్లు ఆమె సముఖమున నితరులతో యుక్తియుక్తముగా మాటలాడుము కాని యెదుటనున్నవారికి నీయందుగల గౌరవమధికమగునట్లు చేయవలయు ననుమాటను మాత్రము మరువకుము.

నీవు ఏకాంతము నందున్నపు డాకన్యకయొక్క రూపమును నీమనోనేత్రములకు కాన్పించునట్లుగా జేసికొని యామెను నీయాత్మశక్తిచే నీవంక కాకర్షించుకొనుము.

ఈకన్యక నాహృదయస్థానము నలంకరించి యున్నది. ఈమెకు నాయం దపరిమితమైన యనురాగము గలదు. ఈమె నన్నే ప్రేమించుచున్నది. ప్రేమైకజీవనులమై నేనును యామె

యు దంపతులమై యఖండసౌఖ్యము లనుభవింతుము. మా కివచ్చుసంవత్సరములో వివాహమగును అని తలంచుచుండుము, అట్లు నీవు తలంచుచుంటివేని నీ కావశ్యకత తప్పక లభింపగలదు.

ఇంకొక మార్గమునుగూడ నీవనుసరింపవలయును. నీ వామెను చూచుటకు అవకాశము లభించునపుడెల్ల యామె నేత్రములను అనురాగపూరితములగు దృక్కులతో జూచుచుండుము. ఆమెయు నీయందట్టిదృక్కులను బరపిన యెడల నీయం దామెబద్ధానురాగిణియై యున్నదని తలంపుము.

అట్టిసమయములందు ఆమెకు నీయెడల సుస్థిరమైన ప్రేమ జనించుటకు నీయాత్మశక్తి నుపయోగపరచుటకు యత్నింపుము.

## విరక్తిజెందిన దంపతుల నేకము జేయుట

ప్రస్తుతము దేశమునజరుగు బాల్యవివాహములును కన్యాశుల్క వరశుల్కములును మున్నగువానిచే పెక్కురు భర్తలు భార్యలను నిరాకరించుటయో లేక నిరాదరణతో దిలకించుటయో జరుగుచున్నది. దంపతులలో నొకరి యెడనొకరికి ప్రేమలేకపోవుటచే ననేకములగు సంసారములు పాడగుచున్నవి. భర్తయందేవో లోపములున్నవని భార్య యాతని దిరస్కరించుటయు, భార్యయవగుణముల గణించి భర్తయామెను త్యజించుటయు నక్రమములై యున్నవి. బిడ్డల వివాహ

సమయములందు తలిదండ్రులు సరియైనమార్గము ననుసరిం పకపోవుటవలననే యిట్టియనర్థకములుత్పన్నములగుచున్నవి,

భార్యాభర్తలకుగల వైషమ్యముల బోఁడచువారలు గలసికొని సంసారసుఖము ననుభవించునట్లు జేయుట చేయ దగిన సత్కార్యములలో నొక్కటిగా నెన్నవలయును. ఆత్మశక్తి సంపన్నునకు అసాధ్యమెద్దియును లేదుగావున నట్టిసత్కార్యాచరణమునకు దాను పూనుకొనుట మంచిది.

ఆత్మశక్తిసంపన్నుఁడవగు నీవు భార్యాభర్తల నేకము జేయుటకు సంకల్పించితివేని ముఖ్యముగా వారలకు వైషమ్య ముగలుగుటకుగల కారణమునుమున్ముందుగా నీవితరుల వలన దెలిసికొనుము. తదుపరి నీవు తొలుదొల్త స్త్రీని వశ్యము చేసికొని యామె నీవు చెప్పినట్లు ప్రవర్తించునట్లు గావింపుము, అనంతరము నీవామె భర్తను వశ్యునిగావించు కొని స్నేహమునుగలిపి యాతనితో దిరుగుచు సమయ మొదవినపుడెల్ల, యీతడును నేను చెప్పినట్లు చేయుటకు మొదలిడుచున్నాడు. త్వరలో నేను సాధింపబూనిన కార్యము నెరవేరును. ఈతఁడు నేనుకోరినట్లుగా భార్యతోగలసి సుఖం పగలడు తనభార్యయందుగల యవగుణము లన్నిటిని పరికిం చుటమాని యామెతో సుఖించుట కువ్విళ్ళూరుచున్నాఁడు అను వశీకరణతంత్రమును ప్రయోగించుచు ఆతఁడు నీకు వశ్యుడగునట్లు గావింపుము. అటుపిమ్మట నీవు సులభముగా దంపతుల నేకము జేయగలుగుదువు.

లోకమున గొందరు భార్యయుండగానామె యందయిష్టము చేతనో, కురూపియనియో, అవగుణము లెక్కువగా గల్గినదనియో తలంచి భార్యజీవించియుండగనే ద్వితీయ వివాహమునకు సిద్ధపడుచుందురు. మరియు కొందరు తలిదండ్రులు కన్యాశుల్కమున కాశించియో తమకుమార్తె సుఖించుననియో యూహాపడి కన్నకుమార్తెల నట్టివారి కొసంగి పరిణయము గావించుచున్నారు. కానికట్టా! ఈతనిభార్య జీవించియున్నది. ఇట్టి వానికి పిల్ల నిచ్చుటెట్లు? ఈతడు పెద్దభార్యకు దీరనిదుఃఖము గల్గించుటకు సిద్ధపడినాడే. రెండవభార్యను చేసుకొనిననామెను మాత్రము సుఖపెట్టునా యని తలపోయుచున్నారు. అంతకంటె అన్యాయ మెచ్చట యుండును? ఇట్టియన్యాయములగు వివాహములగావింపనంగీకరించు తల్లిదండ్రులనే మనవలయును? ద్వితీయకళత్రముగాచేకొనదలంచిన పురుషుడు తన వాంఛాపరిపూర్తిగావించుకొనుటకై తొల్లిటిభార్య రోగిష్టిదనియు, తన మది కెక్కునట్లు ప్రవర్తింపదనియు దనకు పెద్దభార్యయందుసంతతిగల్గుటకలలోని వార్తయనియు, యేమో కారణములు గావించును, కాని వాస్తవమునకీయివి కారణము లెంతమాత్రమును గావు.

భార్యరోగిష్టిదియనినంతమాత్రమున బోవునా? ఆమె వ్యాధినివారణమునకుదగినన్ని విధములచికిత్సలు చేయించిఆమె కారోగ్యము గలిగించుటకు దానువివిధప్రయత్నములుసల్ప వలయునా? లేక ద్వితీయవివాహమున కు బలాటపడవలయునా?

భార్య తాను చెప్పినట్టుల వర్తింపకపోయెను, అట్టియెడ గూడ నామెను సన్మార్గమున నడిపించు విధి భర్తదే యగును. సంతానము లేనిచో భార్యను విడనాడి వేరొకదానిని వివాహ మాడవలయునా? సంతానము కలుగుటయు కలుగకపోవుటయు ననేక విషయములపై నాధారపడియున్నది. సంతతి కలుగకుండుటకు స్త్రీయే ప్రధానమని తలంపరాదు. పురుషుని వీర్యమునందు జీవకణము లుండవలయును. పురుషుని శరీరమునజీర్ణించిన సుఖవ్యాధులు పురుషవీర్యమునందలి జీవకణములను నాశనము చేయును. సంతతి గలుగలేదని తన వీర్యము నందు తగినబలమున్నదో లేదో మున్ముందుగా విచారించుకొనవలయును.

తుచ్ఛమగు కామేచ్ఛతో సంతతిలేదను మిషపై ద్వితీయభార్యను పరిగ్రహించుటకంటె తన పేరు భూమిపై శాశ్వతముగా నిలుచుటకుదగిన సత్కార్యము లెన్నియో నాచరింప వచ్చును. సప్తసంతానములో నౌరసకుమారుడు లేడని విచారించుటకంటె మిగిలిన సంతానములలో నొక్కటి సాధించి కీర్తిగడించుట శ్రేయస్కరము గాదా? కావున ఆత్మశక్తిసంపన్నుడు యిట్టివారలకు గల దురభిప్రాయములను పారద్రోలి సత్కార్యాపేక్ష జనించునట్లు చేయవలయును.

లోకోపకారబుద్ధి గలిగిన ఆత్మశక్తిసంపన్నుడు లోభి యగు ధనాధికుడు నగువానిని ఆకర్షించి యాతనిచే

పెక్కులగు సత్కార్యమును జేయించి లోకము వారివలనను లోకమువలన ధనికులను ధన్యులగునట్లు గావింపుము.

నీ వే ధనికునైనను ఆకర్షింపదలంచితివేని నీవతిజాగరూకుడవై యుండవలెను. నీవు మనస్సు నిలుకడగానున్న సమయములందు నీయాత్మశక్తిని విజృంభింపజేసి, ఈతడు నాకు మిత్రుఁడగు చున్నాఁడు. నాపలుకులను విశ్వసించుచున్నాఁడు. నేనెట్లు చేయుమనినను నట్లుచేయుట కీతఁడు సంసిద్ధుడగు చున్నాడు. ఇంక నే నీతని వలన లోకమునకు మహోపకారము గావించుటకు యత్నింతును, అను మంత్రమును జపించుచుండుము. ఆతని జూచుట తటస్థించినపుడాతని కనుబొమ్మలమధ్యను చూడ్కులను నిల్పి నీవంక కాకర్షించుకొనుము.

నీవెవ్వని వశీకరించుకొనుటకు యత్నించుచుంటివో వానికి నీవు తన్నాకర్షించుచున్న జ్ఞింతమాత్రమును దెలియనీయకుము. అట్లు తెలియనిచ్చితివేని నీవు సాధింపదలచిన కార్యము కష్టసాధ్యమగును లేదా నెరవేరుటయే దుర్లభమగును.

శుభమస్తు

# వశీకరణతంత్రము

## ఏడవ ప్రకరణము

### ప్రాణాయామము

ఆత్మశక్తి సంపాదనమునకు మనస్సు నిలకడగానుంచు కొనగలుగు టత్యావశ్యకము. మనస్సును నిర్మలముగానుంచుటకును, నిశ్చలత్వము గలుగుటకును ప్రాణాయామము చేయవలయును ప్రాణాయామము గావించినశరీరము తేలికయగును. మనస్సు నిర్మలమగును. ఏవిషయముపై మనస్సును నిలుపవలయునని నీవుతలంతువో ఆ విషయముపై మనస్సును నిలుపగలవు.

ప్రాణాయామమును జేయుటకు దగిన సమయము లెవ్వియను ప్రశ్నమునకు సమాధానము వివరింపవలసియున్నది. శరీరమువ్యాధిగ్రస్థమైయున్నపుడుగాని, తృప్తితీర భుజించిన పిమ్మట గాని మనోవిచారమునకు లోనై యున్నప్పుడు గాని ప్రాణాయామ మాచరింపరాదు.

ప్రాణాయామ మభ్యాసముచేయుట కెల్లరును దగి యుందురు. కాని కొందరు రకోదర్శ్యులైన స్త్రీలు ప్రాణాయామము చేయకూడదనుచున్నారు. కాని నేటికాలమున ప్రాణాయామము నభ్యసించి అనేకములైన సాహసకృత్యముల జేయుచు సత్సంతానమును బడసిన యువతీమణులెందరో గలరు. కావున స్త్రీలుగూడ ప్రాణాయామముచేయుటకు తగియున్నారు.

ప్రాణాయామమును ఉషఃకాలమున నభ్యాసముచేయుటమంచిది. అరుణోదయమునకు పూర్వమే మేల్కాంచి కాలకృత్యములను దీర్చుకొని స్నానమాచరించి మనస్సును శరీరమును నిర్మలముగా నుంచునపుడు ప్రాణాయామము నభ్యసింపనగును. ఇట్లే సాయంకాలమునందుగూడ జేయవచ్చును.

ప్రాణాయామ మభ్యసించుటకు నీవు నిర్దేశించిన గది యెట్లుండవలయును? పరిశుభ్రముగు వాయుప్రసారము గల్గి యుండవలయును. గదియంతటను మంచి తేజము నొసంగునట్టి వెలుతురుండవలయును. బాహ్యప్రపంచమునందలిధ్వను లేమియును వినరానట్టిదై యుండవలయును. ఆగది సమీపమున దుర్వాసనను, విషవాయువులను జనింపజేయు మురికి నీరుగాని చెడుపదార్థములుగాని యుండరాదు.

ప్రాణాయామ మొనరించుటకు నీవు కూర్చుండునట్టి స్థల మొకింత యెత్తుగానుండవలయును. మరియు నీవుకూర్చుండు నప్పుడు నీముఖమునకు ప్రాణవాయువుతోగూడిన గాలి తగు

లుటకు అనువుగానుండవలయును. నీవు కూర్చుండు ప్రదేశమున మిట్టపల్లములు లేక యుండవలయును. అట్టిప్రదేశమున విశాలమగు నొకపీటను వైచి యద్దానిపై దర్భాసనము వైచి కూరుచున్న మెత్తగానుండుటకు కృష్ణాజినము లేక పులితోలు మున్నగువానిని బరచి యాసనమును సిద్ధము చేయుము. ప్రాణాయామమును చేయువారు, వట్టినేలపై ప్రాణాయామము చేయునప్పుడుగాని యితర సమయములందుగాని కూర్చుండరాదు. అట్లు కూర్చున్న యెడల భూమియందు నయస్కాంతశక్తి నాకర్షించుకొనును అయస్కాంతశక్తినిగోలుపోయిన మనుష్యుడు నిర్వీర్యుడగును

ప్రాణాయామమునకు దగిన యాసనము లేవియనువిషయమునుగూడ నెరుంగవలసియున్నది. యోగశాస్త్రవేత్తలు ప్రాణాయామమునకు దగిన యాసనము లనేకములను దెల్పియున్నారు. అన్నిటియందును పద్మాసనము సిద్ధాసనములును ప్రాణాయామమునకు మిక్కిలి తగియున్నవి.

ప్రాణాయామ మనగా నేమి? అది యెట్లు అభ్యాసము గావింపవలెను? మనము లోపలికిదీసికొనిన వాయువునులోపలనే బంధించియుంచుటకు ప్రాణాయామమందురు. పైనవివరింపబడిన లక్షణములుగల యాసనమునందుపద్మాసనము వేసి కూరుచుండి కుడిచేతిబొటనవ్రేలితో కుడినాసికా రంధ్రమును మూసి యెడమనాశికా రంధ్రమునుండి మెల్లనశ్వాసతీయుచు నీవు గాలిని లోపలకు తీసికొనిన పిమ్మట నాగాలిశరీరమున

చక్కగ సంచారము చేయుటకుగాను శరీరమును చక్కగ నిలిపియుంచవలెను. లేనియెడల అంగవైకల్యము త్వరలో గలుగును.

నీవులోనికి గైకొన్న గాలిని వెలుపలికి త్వరితముగా విడువక లోన చేయుండునట్లును లోపల సంచారము చేయునట్లును చేయవలెను. నీవు యెంతకాలము గాలిని లోపలనే బంధించి యుండగలవో అంతకాలమును గాలిని బంధించి యటుపిమ్మట యెడమనాసికారంధ్రమును మూసివైచి కుడి ముక్కునుండి మెల్లగా లోనికిగొనిన వాయువునువిడువవలెను. మొట్టమొదట నెక్కువకాలము వాయువులోన బంధించుట కష్టము. కాని అభ్యాసపరచినయెడల క్రమక్రమముగా లోనవాయువును బంధించియుంచుకాలము లెక్కువజేయుచున్న కొలదిదినములలో నించుమించుగ నొకటి రెండుగంటలవరకు వాయువును నీవు లోనబంధింపవచ్చును. ఇంకను అభ్యాసపరచినయెడల క్రమముగా నింకను ఎక్కువకాలము వాయువును లోనబంధింప గలుగుదువు.

ప్రాణాయామమువలన నీశరీరము తేలికయగును, మనస్సునకు నిలుకడచేకూరును. దేహమారోగ్యముతో నుండును. ముఖమున నూతన తేజముద్యోతకమగును మనశ్శక్తితో జేయదగిన కార్యములన్నియు సులభముగా నెరవేర్చుటకు అవకాశము కలుగును.

ఎక్కువమనశ్శక్తిని లేక ఆత్మశక్తినిఉపయోగింప వలసి వచ్చినప్పుడు ప్రాణాయామము చేయుట మంచిది ఇందువలన కార్యము సునాయాసముగా సాధింపబడును.

## హఠయోగము

ఆత్మశక్తి యథార్థముగాగలవారు హఠయోగము నభ్యసించుటకుబూనుకొందురు. మనదేశమున పెక్కురు యోగిపుంగవులు హఠయోగాభ్యాసము గావించియుండి నట్లు మనము వినియున్నాము. ఇతరదేశములందలి మహా జ్ఞానులను, ఆత్మశక్తి సంపన్నులును హఠయోగాభ్యాసము గావించియున్నట్లు దెలియవచ్చుచున్నది.

హఠయోగమన నేమి? నిరాధారుండై గాలియందు నిలచుట, వాయుబంధంబున నిచ్చవచ్చిన స్థలమునకు సునాయాసముగా నరుగుట. ఈకార్యములను సాధించుటకు ప్రాణాయామమే ముఖ్యసాధనమై యున్నది. ప్రాణాయామమును జేయుటవలన శరీరము మిగుల తేలికయగునని యీవరకు దెల్పియుంటిమి. ఒకమారు శరీరములోనికిగైకొనిన వాయువును దినములకొలది శరీరములోననే బంధించియుంచిన శరీరమింకను తేలికయగును. అప్పుడు హఠయోగమును సాధింపవచ్చును.

## జీవజంతు వశీకరణము

నీయందుగల ఆత్మశక్తిని సామాన్యకార్యములకు వినియోగింపకుము. ఎంతయో కష్టపడి సంపాదించిన శక్తిని సామాన్యకార్యములకు వినియోగించి వ్యర్థముసేయు టంత మంచిది కాదు. ఇతరుల కసాధ్యమైనట్టివియు, సులభముగా సాధింపరానివియును, చిన్న చిన్న చికిత్సలవలన శాంతింపనట్టి వ్యాధులమీదను మనుష్యులను సన్మార్గమునకు గొనివచ్చుటకును మొదలైన కార్యములకు నీయాత్మశక్తిని వినియోగింపవచ్చును.

ప్రతిజీవజంతువునందును నొకవిధమైన తేజశ్శక్తి గలదు. కావుననే మేక పులిని జూచినంతనే గడగడవడకి పోవుచున్నది. ఇందులకు కారణము వ్యక్తమే. ఏమన, పులియందుగల తేజశ్శక్తి అధికమైనదగుటచే మేక యా తేజశ్శక్తికి సులభముగా లొంగిపోవుచున్నది. అట్లే సింహమును జూచిన యేనుఁగు వడకును, ఆత్మశక్తిగలవానియందధికమైన తేజశ్శక్తిగలదు. కావున నాతఁడే జంతువునైనను సులభముగా దనవంక నాకర్షించుకొని వశీకరించుకొనగలుగును. నీవు జీవజంతువులను వశీకరమొనరించుకొనదలంతువేని ప్రథమమున నీకు సమీపమున నెల్లప్పు డుండునట్టి సామాన్య జంతువులను వశీకరించుటకు మున్ముందుగా ప్రయత్నము చేయుము. మృగములకంటె పక్షులు సులభముగా వశ్య

ఎక్కువ చురుకైన శక్తిని లేక ఆత్మశక్తిని ఉపయోగింప వలసి వచ్చినప్పుడు ప్రాణాయామము చేయుట మంచిది ఇందువలన కార్యము సునాయాసముగా సాధింపబడును.

## హఠయోగము

ఆత్మశక్తి యపారముగాగలవారు హఠయోగము నభ్యసించుటకు బూనుకొందురు. మన దేశమున పెక్కురు యోగిపుంగవులు హఠయోగాభ్యాసము గావించియుండి నట్లు మనము వినియున్నాము. ఇతర దేశములందలి మహా జ్ఞానులను, ఆత్మశక్తి సంపన్నులును హఠయోగాభ్యాసము గావించియున్నట్లు దెలియవచ్చుచున్నది.

హఠయోగమన నేమి? నిరాధారులైై గాలియందు నిలచుట, వాయుబంధంబున నిచ్చవచ్చిన స్థలమునకు సునా యాసముగా నరుగుట. ఈ కార్యములను సాధించుటకు ప్రాణాయామమే ముఖ్యసాధనమై యున్నది. ప్రాణాయామ మును జేయుటవలన శరీరము మిగుల తేలికయగునని యీవ రకు దెల్పియుంటిమి. ఒకమారు శరీరములోనికిగై కొనిన వాయువును దినములకొలది శరీరములోననే బంధించియుం చిన శరీరమింకను తేలికయగును. అప్పుడు హఠయోగ మును సాధింపవచ్చును.

ధైర్యముతో బట్టుకొందురు. పాములనుబట్టువారు వానిని వశ్యము చేసికొనుటకు తరచుగా నాగస్వరమును బట్టుదురు. నాగ స్వరముయొక్క ధ్వనినాకర్షించినతోడనే పాములు అధికముగాసంతోషించి పుట్టనుండి వెలికరుదెంచును. అపుడు పాములవాండ్రు పాములకు మరింత యుల్లాసముకలుగుటకై పున్నాగవరాళియనురాగము నాలాపము జేయుచుందురు. ఆ రాగము నాకర్షించినతోడనే త్రాచులు పడగనువిప్పి సంతోషముతో తలయెత్తి వినుచుండును. ఆ సమయమున పాములవాడు తీక్షణములగు తనచూపులను దానిశిరముపై ప్రసరింపజేయును. తోడనేయవి వానికి వశ్యములై యాతడెట్లుచేయికదిపిన నట్లే యాడుచుండును.

పశువులను వశ్యముచేసికొనుట—పశువులను యజమానుడు దన మాట వినునట్లుగా జేసికొనవలయును. లేనియెడల నాతఁ డెక్కుడుకష్టములకు లోనగుచుండును. పశువులు తమకాహారముపెట్టి వానియందు ప్రేమగలిగియుండుట సహజముకావున నూతనముగా నీవు గొనితెచ్చిన పసరమునకు యజమానుఁడే స్వయముగా మేతపెట్టి నీటిని త్రాగింపవలయును. నీకు తీరికలభించినపుఁడా పసరముచెంతకేగి యాపశువుయొక్క శరీరమును చక్కగా దువ్వుచుండుము. మోరలను దువ్వుచుండుము. ఆ సమయమునందు నీవు వానిని తీక్షణశక్తితో దిలకించితివేని అవి సులభముగా నీకు వశమగును.

సమీపమునకు రానీయక యల్లరిపెట్టుపసరమును నీవు దూరమునుండియే ఆకర్షించుకొనవలయును. ఆపసరమునకించు కదూరముననిలచి తదేకదృష్టితో దానినేత్రములను దిలకించుచు యీ క్రిందిమంత్రమును జపించుము. ఈపసరము నన్ను జూచినతోడనే వశ్యమగుచున్నది. నా ఆకర్షణశక్తి కియ్యది సంపూర్ణముగా లొంగినది. ఇది నేను చెప్పినట్లు చేయుటకు సిద్ధముగానున్నది. అని జపింపుము. ఇట్లు నాలుగైదుసార్లు గావించిన పిమ్మట ధైర్యముతో నద్దానిని సమీపింపుము. అయ్యది నిన్నేమియును జేయకుండును. అపుడు నీవు అద్దానియొక్క మోరను దువ్వుము. శరీరమంతయును నిమిరి మెల్లన తట్టుము. అటుపిమ్మట తాటెనిపట్టుకొని యిటు నటు కొంతదూరమువరకు గొనిపొమ్ము అటుపిమ్మట యింటికి గొనివచ్చి యాహారమును పెట్టుము. ఇట్లాచరించితివేని యాపసరము నీకు సులభముగా వశమగును.

చెంతకుజేరనీక సిలుగులుపెట్టునట్టి గుఱ్ఱమునకుగూడ పైవిధముగనే చికిత్సచేయుము. అటుపిమ్మట దాని నాసికా రంధ్రములందు చేతి వ్రేళ్ళనుపోనిచ్చి మెడపైకెత్తి పట్టుకొని రెండు చెవులందున యూదుము. అట్లుచేయునంతకు గుఱ్ఱముగూడ స్వాధీనమగును. చెంతకుజేరకమునుపే నీవు గుఱ్ఱమును నీవశీకరణయుతమగు దృష్టిచే వశ్యముగావించు కొనవలసి యుండును.

పశువులు, గుఱ్ఱములు చెంతకు జేరనిచ్చుటలేదని దలంచి బాధింపకుము. నీవు పెట్టుబాధలను భరింపలేకనయ్యవి

సాధుత్వమును జెందినట్లు అప్పటికి గాన్పించును, నీవుతన్ను బాధించియుంటివను విషయమును జ్ఞప్తియం దుంచుకొని సమయ మొదవినప్పుడు నీకపకారము సేయ వేచియుండును. ఈవిషయమును నీవు యెల్లప్పుడును జ్ఞప్తియందుంచుకొనుము. ప్రేమించి లోకముసంతను జయింపవచ్చును. కాని తిట్టి కొట్టినవొక్కనినైనను వశపరుచుకొనజాలము.

మన దేశమునందును యితర దేశమునందును ఘాతుక మృగములనుబట్టి వినోదమునకై యాడించుచుండిరి. పులి, మేక, ఆవు యీమూడు జంతువులును ఒక్కకంచమున నాహారము గొనునట్లుగ జేయుచున్నారు. సింహమును యేనుగపైనెక్కించి ద్రిప్పుచున్నారు. గుఱ్ఱముపై పెద్దపులినెక్కించుచున్నారు. సింహమునుతమభుజముపై కెక్కించుకొని మోయుచున్నారు. పెక్కులగు సింహములమధ్యనిర్భీతితో గూర్చుండుచున్నారు. ఇట్లే ఘాతుకమృగములనుబట్టి తమ యిచ్ఛవచ్చినట్లాడించుచున్నారు. ఈకార్యములను వారెట్లుచేయగలుగుచున్నారు. అను విషయమునుగూర్చి యించుక విమర్శింతము. ఘాతుకమృగములను, వానికి విరోధములగునితరజంతువులను ఒక్కచో జేర్చి యాటలాడించుటకుప్రదర్శకునియం దేమిమహాత్వమున్నదిఅనిప్రశ్నించిన, నాతఁడుతనయందున్న తేజశ్శక్తిని విజృంభింపజేసి తన తేజశ్శక్తిచే, నన్నిజంతువులను వశ్యమొనర్చుకొని వానిని తన యిచ్ఛవచ్చినట్లాడింపగలుగుచున్నాడు.

ఘాతుకజంతువుల వశీకరించుట ముందుగ వానిస్వభావాదికము లెట్టివో కొంతవరకు దెలియవలసియున్నది. ఘాతుకజంతువులకెల్ల నేలికయగు సింహామును మృగరాజందురు. సింహాము గంభీరమైన యాకారమును గొప్పబలమునుగల జంతువు. సింహాము ఘాతుకమృగమైనను అన్ని జంతువులను హింసింపదు. ఏసమయమున నే జంతువును గాంచినను చంపదు. ఆకలితోనున్నపుడును, నిద్రాభంగము గల్గినపుడును, చేజిక్కిన యాహారము తప్పిపోయినపుడును సింహాము క్రోధము గలిగియుండుచు. కాని యితర సమయములందు సాధువుగానుండును, సర్వసాధారణముగా సింహాము యేనుగుయొక్క మాంసమునే భుజింపగోరుచుండును కాని క్షుద్రజంతువుల మాంసమునే గొనుటకై యపేక్షింపదు. ఇతర ఘాతుకమృగములకంటె నెక్కుడు త్వరలో మానవునకులోబడుచుండును.

పెద్దపులి—క్రూరత్వమునకు మొట్టమొదట నెన్నదగిన జంతువు. తినదగిన జంతు వెద్దియైననుకనుపించిన దేతడవుగా వధించును. పెద్దపులి కుళ్ళినమాంసమును దినుట కెక్కువగా నభిలషించును కావున తాను జంపినజంతువును కొన్నిరోజులు నిలువయుంచుకొని భక్షించుచుండును. పెద్దపులికి గుఱ్ఱముయొక్క మాంసమునం దెక్కువ యిష్టము. పులి గుఱ్ఱమును జూచుట తటస్థించెనా యద్దాని నెట్లైనను వధించును.

సింహామును వశ్యము చేసికొనుట—ఘాతుకమృగములను చిన్నపిల్లలుగానుండు సమయములందు పట్టిమంచిబోనుల

యుంనుంచి మచ్చికజేయుదురు. సింహంపిల్లను దృఢమైనట్టిదియును మంచిదైనట్టిదియును అగు బోనులోనుంచుము. దినమునకు నాలుగైదుసార్లు సింహపుబిల్లలను సమీపించి నీ తేజశ్శక్తి నద్దానిపై బరపుచు నీయెడమ చేతియందు ఆజంతువు యున్నట్లుగా భావించి కుడిచేతితో మెల్లన దువ్వుచున్నట్లు భావింపుము. ఇట్లుచేయునపుడు వశీకరణ మంత్రమును నీవు జపించుచున్నయెడల త్వరలో నయ్యది నీవు చెప్పినట్లు చేయుటకు మొదలుపెట్టును. అట్టిస్థితియందు నీవు సింహపుబిల్లయున్న బోనులో ప్రవేశించి ధైర్యముతో దానిని గూడి యాటలాడు కొనవచ్చును.

పులిపిల్లను వశ్యముచేసికొనుటకుగూడ పైవిధానమే అనుసరణీయము. కాని పులిపిల్లలను వశ్య మొనరించు పట్ల నీవు మిగుల జాగరూకుడవై యుండవలయును. నీవు నీ తేజశ్శక్తి నమితముగా నుపయోగింపవలయును. ఘాతుకమృగముల నెప్పుడును రెచ్చగొట్టకూడదు. వానికి గోపము దెప్పించిన నపాయముకల్గినను గలుగవచ్చును మరియు వాని చెంత కేగునపుడుగాని, వానితో నాటలాడునపుడుగాని, నీ వెక్కువధైర్యముతో నుండవలయును.

## ఆకర్షణశక్తి

ఆకర్షణశక్తి పుష్పములయందును, నదీనదములయందును, గొన్నికొన్ని పుణ్యక్షేత్రములందును, కొన్నికొన్ని విగ్రహములందును ప్రకృతియందును స్వతస్సిద్ధముగానున్నవి

పుష్పమునం దాకర్షణశక్తిగలదు. కావుననే తుమ్మెదలను ఆకర్షించుచున్నవి. కొన్ని తావులందు జలపాతములు మనో హరమై ఆకసమునంటగలుగు వివిధజాతివృక్షసముదయము గల ప్రదేశములు వేనకువేలు ప్రజల నాకర్షించుచున్నవి. పెక్కులగు దేవాలయములు లక్షలకొలదిజనుల నాకర్షించు చున్నవి. వానియందుగల యాకర్షణశక్తి పరాత్పరునిచే ననుగ్రహింపబడినది. నదీనదములందును ప్రకృతియుస్వత స్సిద్ధమైనది. కాని దేవాలయములు, విగ్రహములు మనుష్యు లచే నిర్మితములు. వాని యందు అంతటి యాకర్షణశక్తిగలు గుటకు కారణమేమి అను విషయములనుగూర్చి యాలో చింతము.

మన దేశము ప్రతిసంవత్సరమునను యనేక వేలమంది యాత్రికులు కాశీ, గయా, ప్రయాగ మున్నగు పుణ్యక్షేత్ర ముల సందర్శింప నేగుచున్నారు. ఆ యాస్థలములయందుగల యాకర్షణశక్తిని మూడువిధములుగా విభజింపవచ్చును. ఉనికివలన ప్రకృతి సౌందర్యముతో నొప్పుప్రదేశములు శ్రీశైలము, తిరుపతి, సింహాచలము మున్నగు ప్రకృతిరామ ణీయకతకు తావలములైనవి. మరికొన్ని మనోహరములైన జలపాతములు ఆరామములుగల్గి దిలకించుట కింపుగల్గించు ప్రదేశములు కాశీ, ప్రయాగ మున్నగునవి. మరికొన్ని మనోహరములయిన విగ్రహములచే నొప్పారునవి.

ఈ దేవాలయములన్నియు నింతసుందిప్రజల నాక ర్షించుటకు కారణమేమనగా, నీదేవాలయములను తొలుత

నిర్మించిన పవిత్రహృదయుడు తనయందుగల యాత్మశక్తినం తయు వినియోగించి నాచే స్థాపింపబడిన యీవిరాడ్విగ్రహ మనవరతము పూజాదికములందుచు అనేకసహస్రములగు జనులచే నారాధింపబడుచుండుగాక యని జపించుచు నావి గ్రహములను స్థాపించుటయే ప్రధానకారణమైయుండును, అదికానినాడు యిన్ని వేలమంది జనుల నాకర్షించుటకు నాదేవాలయములు దివ్యప్రభాసంయుతములై యున్నవా!

మేము నవనాగరికతావలంబకులము, మాకు విగ్ర హారాధన పనికిరాదు, విగ్రహములను పూజించుట వ్యర్థ మగుకార్యమని డంబములు పలుకువారిలో నధికసంఖ్యాకు లట్టిస్థలములకు బోవుటసంభవించెనేని దేవాలయములలోని కేగకమానరు. ఆచ్చటి దేవతాదర్శనము చేయకుండ నుండ జాలరు. అచ్చటినుండి దిరిగివచ్చినపిమ్మట యాదేవుని మహా మహిమంబును వేనోళ్ళ నభివర్ణింపకుండ నుండజాలరు. ఈవిషయము లోకులకు ప్రత్యక్షమైయున్నదని వేరుగ వచింపవలసిన పనిలేదు.

నాగరికులమని విర్రవీగువారు మన ప్రాచీనగ్రంథము లన్నియు పుక్కిటిపురాణములనియు, బూటకములనియు, అసత్యములనియు నిందించుచుందురు. కాని యిటీవలలోక మున సాధితములైన దానిని దిలకించి సిగ్గుదెచ్చుకొని యిపు డిపుడు మన పురాణములలోని విషయములు గొన్ని సత్య ములు గూడ గావచ్చునని యంగీకరించుచున్నారు.

## స భా ర ం జ న ము

నీవు వశీకరణతంత్రమును నభ్యాసము గావించుకొని నీ యాత్మశక్తిచే మున్ముందుగా నీ శత్రువులను నీవంక కాకర్షించుకొని యితరుల తలంపులనే నెఱుంగుచు, దూరదేశస్థులగు నీ వెఱింగిన వారితో సంభాషించుచు యాత్మశక్తి పరీక్షగావించుకొనుము. అట్లు పరీక్ష గావించుకొనకుండగనే సభయందు నీవు నీప్రజ్ఞను ప్రదర్శించుటకు పూనుకొనకుము. అట్లుకాక నీవు తొలుతనే సభారంజనమునకై యత్నించితివేని రసాభాసమగును. ఆ సమయములందు నీ శత్రువులు నిన్ను గేలిచేసి తీరనియవమానమును గలుగ జేయుటయేగాక, నీ మనస్సున నధైర్యబీజమును ప్రవేశ పెట్టుదురు. అధైర్యమునకు నీ హృదయమున సుంతయేని తావు లభించిన యెడల నీవు అభ్యాసవశమున సంపాదించుకొనిన ఆత్మశక్తి నీకు దెలియకుండగనే క్రమక్రమముగా తరిగిపోవును. కడపట నీవు శక్తివిహీనుడవై యేకార్యమును జేయజాలకుందువు.

కనుక ముందుగా నీశక్తిసామర్థ్యములనుగూర్చి పరీక్షించుకొని సభారంజనమునకు గడంగుము. మున్ముందుగా నీవు చేయబోవు కార్యములను నీహితులచెంత నొకటి రెండు మారులు గావించి వారలను సంతోషచిత్తులను గావింపుము. అందువలన వారు నీశక్తి సామర్థ్యములను గూర్చి సమయ మొదవినపుడెల్ల నిన్ను గొనియాడుచు నీకు దగినంత ప్రోత్సాహము నొసంగుటకై సిద్ధముగానుందురు.

## సభారంజన సాధనములు

“శిశుర్వేత్తి పశుర్వేత్తి వేత్తిగానరసంఫణిః” అను వాక్యము సత్యమనుట కెంతమాత్రమును సందేహము లేదు. కావున ప్రదర్శనసమయమున నీవుగాని, నీకు దోడ్పడు నీ హితుఁడుగాని యొక సంగీతవాద్యమును వాయించుచుండుట మంచిది. సంగీతముచే సభాసీనులలో పెక్కురు విభ్రాంతులై యుందురు. సంగీతము జనవశీకరణసాధనములలో నుత్తమోత్తమమైనది. ఈ విషయమును జ్ఞప్తియుంచుకొని నీవు నీ యాత్మశక్తిని సభలలో ప్రదర్శించునపుఁడు నీకు స్నేహితుఁడును, సంగీతమునందు మంచి ప్రజ్ఞగలవాఁడును అగు వానిని గొనిపొమ్ము.

2. నీవు ధరించు వస్త్రములు నీహోదాకు దగినట్లుగా నుండవలెను. మాసినబట్టలనుగాని చిరిగిన బట్టలనుగాని ధరించి యెన్నడును సభలయందు ప్రదర్శనము చేయరాదు. అట్లయినయెడల సభయందున్న వారలకు నీచిరిగిన దుస్తులను గాంచినతోడనే నీయం దవిశ్వాసము జనింపగలదు. నీవు ఈ సభలోని వారందరును నా యాత్మశక్తికి లోబడి యుందురు. నే నొనరింప బోవు కార్యము లన్నిటి యందును నాకు సంపూర్ణవిజయము చేకూరగలదు. అను విశ్వాసముతోడను సభయందున్న వారు “ఈతఁ డాత్మశక్తి సంపన్నుడు ఈతఁడు నేటి సభను చక్కగా రంజింపగలడు. మా బోంట్లకమితమగు సంతోషమును చేకూర్చగలడు. అను విశ్వాసమును యున్నయెడల నీకు సులభము

గను సహాయకముగను జయములభింపగలదు. నీవాచరింప బోయిన ప్రతికార్యమునందును అద్వితీయమైననీ యాత్మశక్తి సభ్యులకుగోచరమై వారల నానందరసాబ్ధి డోలికలనూయల లూగింపగలుగుదువు. నీవొక బికారివలె మాసినగుడ్డలతోడ నున్న యెడల సభ్యులలో గొందరైనను-ఇదేమి బికారివలె నున్నాడు-ఈతడాత్మశక్తి ప్రదర్శనము గావింపగలడా! ఇట్టి వారందఱును ఆత్మశక్తి సంపన్నులైన యెడల నింక లోకములు సుస్థిరముగా నిలచునాయని యెగతాళిగా నేమేమో పలుకుచు సందేహింతురు కాని విజయాభిలాషివగు నీవు సభ్యులకునీయెడ నట్టి సందేహ మెంత మాత్రమును గలుగనీయరాదు.

సర్వసాధారణముగా సభలయం దాత్మశక్తిని గూర్చి ప్రదర్శనము గావించునపుడు పరిశుభ్రమైన తెల్లనిపంచెను గాని పంట్లామునుగాని ధరించి నల్లనికోటుధరించియుండుట మంచిది. నల్లనిరంగు కాఠిన్యతను జూపక సౌమ్యతను సూచించురంగులలో నొక్కటియై యున్నది.

(3) నీముఖమున విన్నదనము గనబడనీయకుము. సంతోషము నీముఖమున తాండవించుచుండవలయునేగాని విచారమెంతమాత్రమును యుండరాదు. ఆసమయమున నీ మనస్సును గృహకృత్యములపై కేగనీయకుము. నీహితులను గూర్చి యాలోచింపకుము, వచ్చెదమని మాటయిచ్చి వేళ యతిక్రమించినను రాని పెద్దపెద్ద రేల రాలేదోయని చింతిం పకుము. జరుగబోవు కార్యక్రమము సక్రమముగా నెరవేరునా

లేదాయను చింత నీమది యందు నశింపనీయకుము. నీవు నీమనస్సునెంతనిర్మలముగను, నిశ్చలముగను యుంపగలవో యంతసునాయాసముగా ప్రదర్శనమునందు బడయగలవు.

(4) ప్రథమమున నీవు చేయదలచుకొన్న కార్యక్రమమునందు నీవతిసులభముగను, సునాయాసముగను, నిశ్చయముగను చేయగల్గిన కార్యమునే గావింపుము. తొలుతనే నీవొక మహాద్భుతమును గావింపయత్నించిన అందునీకు జయము కలిగినను, కలుగకున్నను గూడ మంచిదిగాదు. ముందునీవొక యద్భుత కార్యమొనరించి తదుపరి సామాన్యమగుదానిని యొనరించిన యెడల సభను రంజింపజాలవు. నీవు చేయబోవుప్రదర్శనము లొకదానికంటెనొకటి కష్టతరమైనదిగా యున్నయెడల సభ్యు లానందపరవశులై నిన్ను వేనోళ్ళ నుతింతురు.

ఒకానొకవేళ నీవుగావించిన ప్రథమప్రదర్శనముననే జయమందజాలకున్నయెడల నీవు అయ్యో! ఆమాత్రపు కార్యమునే చేయజాలకపోతినిగదాయని చింతింతువు. అట్లే ప్రజలును తొలుతనే యితఁడుతప్పులో కాలువైచినాఁడు; ముందుముందుమాత్రము జయమును పొందగలఁడాయని తలంచి నీప్రదర్శనములయెడ విముఖులగుదురు. కష్టతరమైన కార్యములనునీవు కట్టకడపట గావించితివేనినీకెట్టిచింతయుగలుగదు. నీవాకార్యమున జయమునుబడసితివేని ప్రజలు నిన్ను వేనోళ్ళగొనియాడుచు సంతోషముతో బోవుదురు; లేదా నీ కందపజయమే లభించినయెడల నాదోషమునునీయందారోపింపక యద్దానినా

కార్యమునం దేనిల్పి "పాపమిది కష్టతరమైనది, కొలది విశ్రాంతి దీసికొని యాతఁడు యత్నించినయెడల సులభముగా జయమందియుండును" అని యాదోషమునకు పరిహారమును యోచింతురు. కావున నీవు ప్రదర్శింపదలచు కార్యక్రమములో మిక్కిలి కష్టమైన కార్యమును సాధించుటకు కడపటనే యత్నింపుము.

౫. ఒకసారి చేసి జయమందిన కార్యమును మరల చేయవలసినదని యెవ్వరేని యడిగిన యట్లు చేయకుము. చేయుమనిన యా కార్యమును దిరుగ నిమిషములో చేయవచ్చును. గాని యట్లు చేయుటవలన ముందుగల కార్యక్రమమున కాటంకము గలుగుననియో లేక మాగురుదేవుడు మమ్మొక కార్య మొక్కసారికంటె నెక్కుడుగా జేయవలదని శాసించెననియో జెప్పి తప్పించుకొనుము. చేసిన కార్యమును దిరుగ జేయుటయందు నీకు విసుగు జనింపవచ్చును; విసుగుజనించిన యా కార్యమును సాధింపనేలేవు. లేదా జయములభించుట కష్టముగావచ్చును. కావున నే కార్యమును యొకసారికంటె నెక్కువసార్లు గావింపకుము.

౬. ధనసంపాదన విషయమై నీ వెన్నడును ప్రదర్శనములను గావింపవద్దు. అట్లు చేసినయెడల లోకులు "పొట్టకు లేక యేదో మసిబూసి మారేడుకాయను జేసి చూపుచు డబ్బు లాగుకొనుచున్నారు. కూటికొరకే కోటివిద్యలు" అని చులకనగా పలుకుదురు, అందువలన నీకుగల గౌరవము

తగ్గిపోవచ్చును. మరియు ఒక్కసారి నీవు ద్రవ్యమును గైకొంటివా యది మొదలు నీ మనస్సు ధనాశచే యుబలాటపడుచు ధనసంపాదనాన్వేషణమునకై పాటుపడుచుండును. ధనముపై యాసగలవాడెన్నటికిని స్థిరచిత్తుడై యుండజాలడు. ఆత్మశక్తి ప్రదర్శనములుగావించువానికి స్థిరచిత్తముకంటె కావలసినదేమియును లేదు. కావున ధనమందలి యాసను విడువుము. నీకుదగినంత ద్రవ్యమునొసంగువారు సభయందు కొలదిమంది గలరనియు, ద్రవ్యము లభింపదనియు తలంచి ప్రదర్శనమును తగ్గింపకుము. అట్లు తగ్గింపకున్న యెడల నీవు ధనాశలేనివాడవనియును చక్కగా ప్రదర్శనము సాగింతువనియు, నిన్ను జనులెల్లరును మెచ్చుకొని నుతించుదురు. అందుచే నీవు సులభముగా నభివృద్ధిలోనికి వచ్చుటకు నంతయు నాటంకముండదు.

7. నీవు చూపనెంచిన ప్రదర్శనముల నతి నిపుణతతోడను త్వరత్వరగను సేయుటకభ్యాసపరుపుము. అందువలన సభ్యులకు విసువు జనింపదు, నీవు ముందెట్టి మహాద్భుతమగు కార్యమును గావింపుదువో యని నిరీక్షించుచుందురు. లేని యెడల విసువుజనించి “ఈ చూచినది చాలునురా దేవుడా” యని వెడలిపోవుదురు. సభయెంత నిండుగను, యుత్సాహము తోడను యుండునో నీవంత సులభముగా ప్రదర్శనమున జయమందగలవు

8. ఆత్మశక్తి ప్రదర్శనములగావించునపుడు నీవునీకు కడుసమీపముననున్న వారితో నుల్లాసకరముగను సంతో

షము బుట్టించునట్లుగనుయుక్తియుక్తముగనుమాటలాడచుం డుము. కాని యతిధోరణిగా నప్రస్తుత విషయములను గూర్చి మాట్లాడుచుండు టనర్థదాయకము.

## ఆత్మశక్తి—ప్రదర్శనములు

ఆత్మశక్తి సంపన్నుడగు వాఁడు జరుపదగిన ప్రదర్శనము లేమి? అను విషయమును గూర్చియొక్కింత యాలోచింతము ఆత్మశక్తియుతుండు చేయజాలని కార్యమే యుండదనుటనిర్వి వాదాంశమై యున్నను, కొన్నిటి మాత్రమే సభలయందు జరుపుటకువీలుకలుగును. కొన్నిటికట్టి యవకాశములు లభిం పవు. ప్రదర్శనసమయములందుగావింపదగినకొన్ని కార్యముల నిందు బేర్కొనుచున్నాము.

1. ఒకనిగాని యిరువురనుగాని సులభముగా నిద్రించు నట్లు గావించుట.

2. నిద్రింపజేసిన యాతఁడు యితరు లెన్నిసార్లు పిలచి నను పలుకకుండుట—నీవడుగుప్రశ్నముల కన్నిటికిని జవా బొసంగునట్లు గావించుట.

3. సమ్మోహనశక్తిని బరపి యొక్కనిచే నీ యిచ్ఛ వచ్చిన కార్యములను చేయించుట.

4. శారీకవ్యాధులను శాంతింప జేయుట.

5. ఒక్కనిని సమ్మోహన దృష్టియందుకూర్చుండ బెట్టి యాతనికి దూరదృష్టి కలుగునట్లు గావించి చాటున జరుగుచుండిన విషయముల నాతనిచే జెప్పింపుము.

6. ఇతరుని మనోగతమును గుర్తించి చెప్పుట.

7. ప్రాణాయామమును గావించుట.

8. హఠయోగమును సాధించుట

9. ఒక మనుజుని సమ్మోహనశక్తిచే మోహితుని గావించి యాతని హృదయము గూడ చలింపకుండునట్లు గావించుట. (ఆత్మశక్తియందు సంపూర్ణానుభవము లేనివా డీకార్యమును చేయబూనుట యపాయకరము. ఒక్కొక్కని యెడ ప్రాణాపాయము గూడ సంభవింపవచ్చును.)

## పునర్విమర్శనము

ఇట్లే అప్పటికప్పుడు నిదర్శనపూర్వకముగా జూపగల ప్రదర్శనముల గావించుటకు దగియుండును. సమయానుకూలముగ నేకార్యములను గావింపవలయునో నిర్ణయించుకొనవలయును.

ఆత్మశక్తిసంపాదించుటకు యీావరకు గొన్నిమార్గములను సూచించియున్నాము. ఇందు ఆత్మశక్తినలవరచుకొనుటకును, అలవరచుకొనిన యాత్మశక్తిని యభివృద్ధిపరచుట కుపయుక్తములగు విషయములనుగూర్చి తెలియజేయుచున్నాము

ఆత్మశక్తిని మనోనిశ్చలతకును గల సంబంధమును గూర్చి యీవరకు ముచ్చటించియుంటిమి. మనోనిశ్చలత్వమలవడకున్నయెడల నాత్మశక్తి సంపాదన మసాధ్యమని మరియొకమారు హెచ్చరించుచున్నాము. గృహములను గట్టుటకు పునాదు లెంతప్రాముఖ్యముగలవో యాత్మశక్తికి మనోనిశ్చలత యట్టిది. ఏవిషయమునుగూర్చిగాని, యేపరిస్థితులందుగాని, యెట్టికష్టములందుగాని మనస్సును చలింపనిచ్చితివా నీ యాత్మశక్తి నశించును. ఐహికభోగముల కాంక్షింపకుము. భోగముల కాంక్షించువాని మనస్సు పరుగులాడుటకు సందియము లేదు. ఈ విషయమున నొక్కకథ దెలుపవలసియున్నది.

ఒకయూర నొకసన్యాసి నివసించుచుండెను. అతఁడు నిష్కాముఁడై చాలవత్సరములవరకు గడపెను. కాని యనుదినమునను యాతని కౌపీనములను ఆతఁడు జాగ్రత్తపరచుట మరచినయెడల యెలుకలు తునాతునకలు జేసి పోవుచుండెను. ఎలుకలబాధపడలేక యాతఁడొకపిల్లికూనను దెచ్చి పోషింపసాగెను. పిల్లి యెదిగినకొలదిని దానికి సరిపడు పాలు లభింపకుండుటచే నొక యావునుగొని పిల్లిని పోషించుచుండెను. గోసంరక్షణమునకై యాతఁ డనుదినమునను గడ్డిత్రవ్వుట మున్నగు కార్యము లాచరింపవలసి వచ్చుచుండెను.

ఈ విధముగా నాతని సంసారము క్రమ క్రమముగా పెరిగిపోయెను. ఇట్లుండగా నొక్కనాడాతని హితుఁడగు మరియొక పరివ్రాజకుఁ డాతని జూడవచ్చెను. ఆతఁడు తన

మిత్రుని స్థితిగతులన్నియు చూచి నాయనా! ఇదేమి ఇంత సంసారమును పెంచితివి. నీకు జపతపములు సలుపుట కవకాశము లభించుచున్నదా? సంసారములోని కష్టములను పడజాలక కదా సన్యసించితివి. మరల నీ సంసారమును దెచ్చిపెట్టుకొంటివాయని ప్రశ్నించెను. అంత సన్యాసి యేమి చేయమందువు? కౌపీన సంరక్షణార్థము యింతసంసారమును పోషింపవలసి వచ్చినదని బల్కెను.

[illegible] చూచితివా? గోచీగుడ్డల రక్షించుకొను కోర్కె జనించుటచే సన్యాసికిఁగూడ సంసారము వెంటబడియెను. కావున నెట్టికోరికయు మనస్సున జనింపనీయకుము.

లోకమున నీకు శత్రుడనువాఁడు లేకుండ గావించుకొనుము. మున్ముందుగానీవు నీ యంతశ్శత్రువుల రూపుమాపుకొంటివేని విశ్వమున నీకు శత్రుడగువాడు లేకుండునట్లుగా జేయగలుగుదువు. అంత శ్శత్రువులగు కామక్రోధలోభమోహమద మాత్సర్యములను జయించి నీ హృదయమును ప్రేమతో నింపుము. ప్రేమవలన నీవు విశ్వమునంతటిని జయింపగలుగుదువు. మరే యితర కారణమువలనను నశింపని శత్రుత్వము ప్రేమచే రూపుమాపబడును. కావున నీ హృదయమున ప్రేమకుఁదావొసంగి యంతశ్శత్రువులను బహిశ్శత్రువులను జయించుము. శత్రువిజయంబును బడసిన యెడల నీయాత్మశ్శక్తి మహిమంబులు మిన్నంటును. సుస్థిరముగా నిలచును.

నీవు తొలుతనుండియును యుత్తమాదర్శములకై నిరీక్షింపుము గాని యింతటిశక్తిని సాధింపగల్గితి నింకేలసని తృప్తివహింపకుము. నీవు నీసంపాదించిన యాత్మశక్తివలన గలుగు ప్రయోజనమును నీవొక్కరుడవే యనుభవించుట కాశింపకు. నీయాత్మశక్తివలన లోకమునకంతటికిని యుపకారమాచరించుటకు యత్నింపుము, నీవు సంకుచితహృదయుడవై యుండరాదు. సంకుచితహృదయముతోనున్న నీవెన్నటికిని యభివృద్ధి నొందజాలవు. సంకుచితహృదయుని యాత్మశక్తి విజృంభించుటకు అవకాశములు లేవు. కావున లోకమునకు మహోపకారమాచరించుటకు యత్నింపుము.

చిరకాలపరిశ్రమచే సంపాదింపబడిన యాత్మశక్తిని యల్పకార్యములసాధించుటకు వినియోగింపకుము తొల్లి విశ్వామిత్రుడు బ్రహ్మర్షి మారీచ సుబాహుల వధింపజాలకనే శ్రీరామునిసహాయము గోరియుండెనా? కాదు. సృష్టికి ప్రతి సృష్టిచేసిన తపశ్శాలి యారక్కసిమూకను చెదరగొట్ట నేరడనుటహాస్యాస్పదము. తానుచిరకాలము చేసినతపశ్శక్తిని యల్పులపై ప్రయోగింపనిష్టములేకా శ్రీరామునిసహాయమపేక్షించినాడు.

కావున ఆత్మశక్తిని-మహాత్కార్యముల సాధించుటకనువైన యాత్మశక్తిని యల్పకార్యముల కుపయోగింపకుము. ఏమార్గమునను కార్యమునుసాధింపజాలకున్నయెడల నప్పుడు నీయాత్మశక్తిని ప్రయోగింపుము.

ఆత్మశక్తి సంపాదించుటకు ఆత్మవిశ్వాస మెంత ప్రాముఖ్యతగలదో యాత్మశక్తిని యభివృద్ధిగావించుకొనుటను యాత్మవిశ్వాస మంతముఖ్యమైనదే యనుమాటను నీవెన్నడును మఱువవలదు. నీవేకార్యమును సాధింపబూనినను యాకార్యమును నేను తప్పక సాధింపగలనను సంపూర్ణ విశ్వాసము గల్గియుండుము అపుడు నీవాకార్యమును సులభముగా నొనరింపగలుగుదువు.

ధైర్యము, ఓర్పు, శాంతియున్నగువానిని నీవుసాధింపవలయును. ధైర్యము లేకున్న మాత్రమున నేవేకార్యమును సాధింపనేరవు. పదుగురు దొంగలెదురుబడినపుడు ధైర్యము వహించి వారలపై సమ్మోహనశక్తిని ప్రయోగించి వీరు నన్నేమియు చేయజాలరు. నేనువీరినినాయాత్మశక్తిచే నావంక కాకర్షించుకొంటిని. నాపనిచిన కార్యమును వీరు చేయుటకు సంసిద్ధులైయున్నారు అను మంత్రమును పఠించి వారలను స్వాధీనపరచుకొని యాపదనుండి సులభముగా తప్పించుకొనవచ్చును అట్లు చేయుటకు మాఱుగా, ఓహో వీరు పదుగురున్నారు. నేనొక్కడను; నేను వీరల నేమిచేయగలను. వీరు నాయొద్దనున్న సర్వస్వ మపహరించుకొని పోవుదురో లేక చావగొట్టుదురోగదాయని దలంచి పిరికితనమున పారిపోవుటకు యత్నించిన లాభముండునా! అపదిమందిలో నొక్కడేని నీవు పారిపోవుచుండుట దిలకించెనేని పదిమందిని పురిగొల్పి నిను వెంబడించి నీసర్వస్వమపహరించుట యేగాక తమకాయాసము గల్గించితివని నిన్ను కొట్టినను గొట్టుదురు.

ఇట్లే యేకార్యమునైనను ధైర్యమును విడువకుండ యత్నింపుము. కార్యము సాధించుపట్ల నిశ్చయముగా జయములభించునా లభింపదాయని వితర్కించుచు ధైర్యమును వోనాడుట తగనిపని.

ఓర్పు:—నీవాత్మశక్తినిసంపాదించుటకు ప్రథమమున యత్నించునపుడే ఓర్పుగల్గియుండవలయును. ఆత్మశక్తి నీకలవడుటకు గొన్నిదినము లాలస్యమైనదని యోర్పులేకవిచారించుచు గూర్చుండుటయందు నొకటి రెండుసార్లు జయము గలుగలేదని తలంచి నిరాశజెందవచ్చునా? ఈసందర్భమున స్కాట్లండు దేశాధిపతియగు బ్రూస్ చరిత్రను దెలుపవలసియున్నది.

బ్రూస్ ఇంగ్లాండును స్వాధీనము గావించుకొనవలయునని యపారసైన్యమును వెంటబెట్టుకొని ఇంగ్లండుపై దాడివెడలెను. కాని ఇంగ్లీషువారు అతిధైర్యముతో బోరాడుటచే నాతఁడు తనసైన్యమునంతను బోగొట్టుకొని ప్రాణములరచేత బెట్టుకొని పలాయన మొనరించి జీవముల కాపాడుకొనెను.

ఇంతమాత్రమున నాతఁడధైర్యమును జెందక మఱుసటి వత్సరమున మరల గొప్పసైన్యముతో దాడివెడలెను. కాని మొకటిసారివలెనే యాతఁడోడిపోయెను. తొమ్మిది పర్యాయములును యాతఁడు జయమును గాంచనేరడయ్యెను. తొమ్మిదవసారి యాతఁడు పరాజయమొంది ఆత్మప్రాణసంరక్షణమునకు పలాయనమొనరించి యొకయింటదాగుకొని

విచారమునన్కుడై కర్తవ్యమునుగూర్చి యాలోచించుచు గూర్చుండెను.

ఆసమయమున నొక్క సాలిపురుగు పైకప్పునుండి క్రిందకు గూడుకట్టుకొనుటకై ప్రయత్నించుచు పైకప్పువరకు ఎక్కజాలక క్రిందపడుచుండెను. తొమ్మిదిపర్యాయములట్లు జారిపడెను. అయినను అది తనప్రయత్నమును విడువక మరి యొకసారియత్నించి జయమునుగాంచెను. అయ్యదిగమనించి బ్రూస్, ఆహా! ఈసాలిపురుగు నాకు మార్గమును బోధించు చున్నది. ఓర్పుతో విడువకయత్నించిన జయము చేకూరుట కేమియు సందేహములేదు. అనితలంచిమరియొకసారి జైత్ర యాత్ర సలుపుటకు నిశ్చయించుకొనెను.

పదియవసారి యాతఁడు తిరుగయత్నముచేసి జయ మును బడసెను.

కావున ఓర్పుతో విడువక యత్నించుటవలన నొక నాటికి గాకున్న నొకనాటికైనను జయముచేకూరుట కేమి యును సందేహముండదు.

శాంతము:—శాంతమును మించినది లేదు. శాంతిగల్గిన వానికి కార్యసాధనముగలుగుట కాటంకముండదు. నిష్కా రణముగా నిన్నొకరు దూషించుచున్నను శాంతము వహించి యాదూషణలగూడ భూషించుటగానే యెన్నుకొనునంతటి శాంతమును నీవుసంపాదింపవలయును. ఒకడునిన్ను దూషించు

CPSIA information can be obtained
at www.ICGtesting.com
Printed in the USA
LVOW03s1334030216
473512LV00017B/470/P

9 781295 456390